पाकळ्या

वि. स. खांडेकर

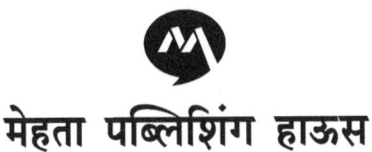

मेहता पब्लिशिंग हाऊस

PAKALYA by V. S. Khandekar

पाकळ्या : वि. स. खांडेकर / कथासंग्रह

मराठी पुस्तक प्रकाशनाचे हक्क मेहता पब्लिशिंग हाऊस पुणे -३०

प्रकाशक   : सुनील अनिल मेहता, मेहता पब्लिशिंग हाऊस,
१९४१, सदाशिव पेठ, माडीवाले कॉलनी, पुणे – ४११ ०३०

अक्षरजुळणी : पीसी-नेट, नारायण पेठ, पुणे – ४११ ०३०.

मुखपृष्ठ   : चंद्रमोहन कुलकर्णी

प्रकाशनकाल: सहावी आवृत्ती : १९८० / सातवी आवृत्ती : १९८७ /
आठवी आवृत्ती : जानेवारी, २००१ /
नववी आवृत्ती : नोव्हेंबर, २००५ /
पुनर्मुद्रण : एप्रिल, २०११

ISBN   81-7766-632-0

अकाली दिवंगत झालेले
माझे प्रिय विद्यार्थी
दत्ताराम कामत
आणि
मंगेश नाबर
यांच्या स्मृतीस

प्रास्ताविक

१९२० ते १९३८ या काळात शिरोड्याच्या शाळेत शिक्षक असताना मी जसे माझ्या विद्यार्थ्यांना शिकवले, त्याप्रमाणे त्यांच्यापासून मी अनेक गोष्टी शिकलोही. विद्यार्थीदशेत मला स्वत:ला ललितवाङ्मय वाचण्याचा विलक्षण नाद होता. हरिभाऊ आपट्यांची 'उष:काल' किंवा 'रूपनगरची राजकन्या' ही कादंबरी वाचताना भूक, तहान, झोप, काळ, वेळ, सारे काही मी विसरून गेलो होतो, याच्या अंधूक आठवणी अजूनही माझ्या मनात अधूनमधून तरळतात. पण हा नाद माझ्या वडील मंडळींना तितकासा पसंत नव्हता. नाटके-कादंबऱ्या वाचून मुले बिघडतात, अशी त्या वेळची सर्वसामान्य समजूत असल्यामुळे त्यांना तसे वाटणे स्वाभाविक होते.

पुढे कोकणातल्या एका अपरिचित खेड्यात शाळा चालविण्याकरिता १९२० साली मी जाऊन उभा राहिलो आणि स्वत:च्या मनात डोकावून पाहू लागलो, तेव्हा मला एक विलक्षण जाणीव झाली. त्यागाच्या म्हणा, समाजसेवेच्या म्हणा, किंवा आणखी कसल्याही म्हणा, ज्या काही कल्पनांनी मला त्या खेड्यात ओढून नेले होते, त्या माझ्या मनात समाजातल्या कुणी पुढाऱ्यांनी किंवा घरातल्या कुणी वडिलधाऱ्या माणसांनी फुलविल्या नव्हत्या. लहानपणापासून मी जे वाङ्मय आवडीने वाचीत आलो होतो, ते निर्माण करणाऱ्या प्रतिभावंतांनी माझ्या मनात त्या ध्येयवादाची बीजे मला नकळत रुजविली होती. आगरकरांचे निबंध, हरिभाऊंच्या कादंबऱ्या, श्रीपाद कृष्ण कोल्हटकरांचे विनोदी लेख – जे जे काही मी तन्मयतेने वाचीत आलो होतो, त्याने त्याने माझे मन घडविण्याला मदत केली होती.

मी शिक्षक झालो, त्या वेळी, वाङ्मयाच्या सामर्थ्याची ही जाणीव मला पुरेपूर झाली होती. म्हणून विद्यार्थ्यांना शिकविताना पाठ्यपुस्तकांपलीकडच्या विशाल वाङ्मयाची त्यांना माहिती व्हावी, त्यांनी शक्य तितके अधिक चांगले वाङ्मय वाचावे, त्या वाङ्मयाने निर्माण केलेल्या नव्या सृष्टीत त्यांच्या मनाने स्वच्छंदी वृत्तीने विहार करावा, असा प्रयत्न मी नेहमी करू लागलो. प्रथम प्रथम मला वाटे– ही खेडेगावातली मुले. अभिजात वाङ्मयाची गोडी चटकन् चाखता यायला घरीदारी तशा प्रकारच्या वाचनाची परंपर हवी. या मुलांना ती अनुकूलता नाही. वाङ्मयाची गोडी त्यांच्या ठिकाणी निर्माण करण्याचे आपले प्रयत्न कदाचित निष्फळ ठरतील.

पण माझी ही भीती अगदी निराधार आहे, हे मला लवकरच कळून चुकले.

जिला आपण शहरी संस्कृती म्हणतो, तिचा अभिजात वाङ्मयाशी अभेद संबंध आहे, ही माझी कल्पनाच चुकीची होती. शब्द हे वाङ्मयाचे माध्यम असल्यामुळे रसिकतेचा शिक्षणाशी निकटचा संबंध आहे, असे आपण नेहमी गृहीत धरतो. पण शिक्षण अनेकदा पढीक रसिक निर्माण करते. तंत्राचा, शास्त्राचा, आणि तशाच प्रकारच्या शेकडो प्रश्नांचा काथ्याकूट करण्यातच अशा पढिकांचा वेळ जातो. सवयीने त्यांना त्यातच आनंद वाटू लागतो. पण खरी रसिकता असल्या गोष्टीचे स्तोम माजवीत नाही. ती वाङ्मयाच्या आत्म्याकडेच धाव घेते. प्रौढ माणसांना वाटते, त्यापेक्षा विद्यार्थ्यांच्या ठिकाणी ललित वाङ्मयाचा आस्वाद घेण्याची शक्ती फार मोठ्या प्रमाणात असते. शाब्दिक अर्थाच्या बाबतीत ते गोंधळतील; पण भावार्थ ते चटकन् आत्मसात करतात. वाङ्मयाच्या जगाशी एकरूप व्हायला लागणारी स्वैर कल्पकता हा कुमारवयाला मिळालेला एक वर आहे. विचारांच्या दृष्टीने एखाद्या वाङ्मयकृतीचे विद्यार्थ्यांना मूल्यमापन करता येणार नाही. पण कल्पना आणि भावना या त्यांच्या मानसिक शक्ती प्रौढ माणसाप्रमाणे मलूल झालेल्या नसतात. नुकत्याच उमलू लागणाऱ्या कळीप्रमाणे त्या सारे जग उत्सुकतेने पाहू इच्छितात. केवळ मराठी शिकवितानाच नव्हे, तर संस्कृत व इंग्रजी या भाषा शिकवितानाही सतत – अठरा वर्षे मी हा अनुभव घेतला आहे. पाठ्यपुस्तकांतल्या मर्यादित वाङ्मयाने मुलांची भूक कधीच भागत नाही. त्या पुस्तकांचे अध्ययन करताना व्याकरणासारख्या अनेक गोष्टींकडे लक्ष द्यावे लागत असल्यामुळे एक प्रकारचे बंधन विद्यार्थ्यांच्या मनाला जाणवत असते. अशा वेळी सर्कशीत तारेवरून चालणाऱ्या माणसासारखी त्यांची मन:स्थिती होते. शिवाय पाठ्यपुस्तकातले वेचे कितीही चांगले असले, तरी ते एका विशिष्ट मर्यादेत बसवावे लागत असल्यामुळे त्यांचे सौंदर्य आणि सामर्थ्य यांत भव्यतेचे किंवा स्वैरतेचे आवाहन फारसे नसते. गोमंतकातल्या प्रत्येक देवालयापुढे एक सुंदर तळे असते. ते पाहून मन प्रसन्न होते. पण त्याच्या पायऱ्यांवर बसलेल्या प्रेक्षकाला नदीच्या ओघाची आणि सजीवपणाची उणीव जाणवतेच. मुलांची मने पाठ्यपुस्तकापलीकडच्या विशाल वाङ्मयात अधिक रमतात – याचे कारण हेच आहे. त्यांना पिंजरे, मग ते कितीही सुंदर असोत – आवडत नाहीत. मुक्त आणि अनंत अशा आकाशाच्या पोकळीत उडत जाण्यात त्यांच्या मनांना अधिक आनंद होतो. हा आनंद अभिजात ललित लेखकच त्यांना देऊ शकतात. त्यातल्या त्यात कथा-कादंबऱ्यांचे लेखक तर त्यांना आपले परम मित्र वाटतात. शिक्षक या नात्याने सतत दीड तप हा अनुभव मी घेतला. विद्यार्थ्यांच्या या स्वाभाविक प्रवृत्तीचा जास्तीत जास्त उपयोग करून घ्यायचा असेल, तर श्रेष्ठ प्रतीच्या ललित वाङ्मयाविषयी त्यांच्या मनात गोडी निर्माण केली पाहिजे, इतकेच नव्हे, तर ते ललित वाङ्मय त्यांना सहजासहजी अभ्यासता यावे,

अशा रीतीने संपादित करून घ्यायला हवे, असे त्या काळात मी नेहमी म्हणत असे. पण शिरोड्यासारख्या एका खेड्यात राहत असल्यामुळे माझ्या मनातली ही कल्पना तशीच मनात राहिली होती. ती व्यवहारात उतरविण्याची पहिली संधी मला १९३९ साली मिळाली. लगेच मी स्वत:च्या दीड-दोनशे कथांतून पंधरा कथा निवडून काढल्या व त्यांचे 'पाकळ्या' हे पुस्तक तयार केले.

'प्रत्येक मनुष्य कवी असतो', हे काही केवळ ऐकायला गोड लागणारे वाक्य नाही. त्यात नि:संशय सत्यांश आहे. सामान्य मनुष्यातला कवी अनेकदा जागृत असत नाही, हे खरे आहे. सुखदु:खाच्या संवेदना सुंदर रीतीने व्यक्त करण्याची साधना सर्वसामान्य संसारी मनुष्याने कुठे आणि कशी करायची? त्यामुळे आपण कविमन निराळे आणि सामान्य मनुष्याचे मन निराळे, असे मानतो. पण हे तितकेसे खरे नाही. अगदी अशिक्षित माणसेसुद्धा कथाकाव्यांचा आस्वाद मोठ्या गोडीने घेऊ शकतात आणि प्रसंगी तत्त्वज्ञांनाही चकित करील, असे एखादे जीवनविषयक सत्य बोलून जातात. हे काय केवळ चुकून घडते? छे! त्यांच्यातला सुप्त कवी अशा वेळी जागृत होत असतो, असे मला वाटते.

कवीपुरतेच हे खरे आहे, असे नाही. प्रत्येक मनुष्य जसा अंतर्यामी कवी असतो, त्याप्रमाणे अगदी अंतरंगाच्या अंतरंगात तो कथाकारही असतो. प्राचीन काळापासून केवळ गोष्टी ऐकण्याचीच हौस मनुष्याच्या रक्तात आहे, असे नाही. त्या सांगण्याची त्याची इच्छाही तितकीच जुनी आणि तीव्र आहे. मात्र सर्वांनाच गोष्टी सांगणे जुळते अगर जुळेल, असे नाही. 'कला ही विजेसारखी आहे. तिला धरू पाहणारांपैकी शेकडा नव्याण्णव माणसे होरपळून, जळून जातात', असे मोठे अर्थपूर्ण वाक्य केशवसुतांनी एका पत्रात लिहिले आहे. त्यांनी सूचित केलेले कटुसत्य कथेच्या बाबतीतही अनुभवाला येते. गोष्ट लिहिणे फार सोपे आहे, असे पुष्काळांना वाटते. लेखनाची आवड असलेल्या तरुण मंडळींपैकी निम्म्याहून अधिक होतकरू कलावंत कथालेखनाकडेच वळतात. पण दर महिन्याला शेकड्यांनी निर्माण होणाऱ्या गोष्टींतून कितीशा आपल्या सामर्थ्याने जनमनाची पकड घेतात किंवा कितीशा आपल्या सौंदर्याच्या बळावर रसिकांच्या मनांत रेंगाळत राहतात, हे पाहिले, म्हणजे कथालेखन ही एक अतिशय अवघड कला आहे, अशी खात्री होते. अनेकदा मला वाटते, आपण गेली सत्तावीस-अठ्ठावीस वर्षे गोष्टी लिहीत असलो, तरी बहुधा आपली गणना केशवसुतांनी वर्णन केलेल्या त्या नव्याण्णवांतच होत असावी! कथांच्या कितीतरी कल्पना माझ्या मनात नेहमी घोळत असतात. पण कुठल्याही प्रकारचा कच्चा माल आणि त्याचे परिपूर्ण स्वरूप यांत फार अंतर असते. कलेमध्ये तर हे अंतर जमीन-अस्मानाचे होते. त्यामुळे अजूनही नवी कथा

लिहायच्या वेळी नवशिक्या लेखकासारखा मी भांबावून जातो. कथेचा प्रारंभ इथे करावा, का तिथे करावा, तिचा सुखान्त स्वाभाविक वाटेल, की शोकान्त स्वाभाविक वाटेल, तिच्यात आपण चित्रित केलेली अनुभूती वास्तवता आणि आकर्षकता या दोन्ही दृष्टींनी वैशिष्ट्यपूर्ण आहे, की नाही, आपण आपल्याच एखाद्या गोष्टीची नकळत नक्कल करीत नाही ना, आपल्या अनुभूतीत सामान्यपणा अथवा तोचतोचपणा आहे काय, ती अनुभूती वाचकाला हृदयंगम वाटण्याइतकी रसरशीत आहे, की नाही, एक ना दोन, असले अनेक प्रश्न माझ्या मनाला अशा वेळी सतावून सोडतात. काही काही प्रश्नांच्या बाबतीत कुठलाच निर्णय मी घेऊ शकत नाही. मग मला वाटू लागते, ज्या चक्रव्यूहातून बाहेर पडण्याची वाट आपल्याला ठाऊक नाही, त्याच्यात शिरण्याचा हा उद्योग आपण केला नाही, तर चालणार नाही काय? अर्थात असे मनात आले, म्हणून कुठलाही कथालेखक काही गोष्टी लिहायचे सोडीत नाही! कलेची क्रीडेशी अनेकदा तुलना केली जाते. माझ्या मते कला ही केवळ क्रीडा नाही. पण तिचे क्रीडेशी काही बाबतीत निःसंशय साम्य आहे. मी वर वर्णन केलेल्या बाबतीत तर ते विशेषच आहे. बुद्धिबळात वारंवार हार खावी लागली, म्हणून एखाद्याने तो खेळ सोडल्याचे कुणी पाहिले आहे काय? कलेच्या मागे धावणारांचीही अशीच स्थिती होते. यश येवो अथवा अपयश येवो, त्याचा तो नाद काही केल्या सुटत नाही. अर्थात एखादे वेळी यश येते, त्या वेळचा आनंदही काही विलक्षण असतो.

चौदा वर्षांपूर्वी 'पाकळ्या' हा कथासंग्रह माझ्या विद्यार्थीमित्रांकरिता मी तयार केला, तो अशा मनःस्थितीतच. मी काही कुणी मोठा कथालेखक नाही. पण त्यातल्या त्यात चांगल्या गोष्टी निवडून मी 'पाकळ्या'ची रचना केली. त्याचे सर्वांनी – शिक्षकांनी व विद्यार्थ्यांनी – सहृदयतेने स्वागत केले, त्यामुळे आज या संग्रहाची पाचवी आवृत्ती काढताना त्यांच्यात शक्य तेवढी सुधारणा करून मी ती सादर करीत आहे. गेल्या दहा-बारा वर्षांत मी लिहिलेल्या कथांपैकी 'दादू', 'आई' व 'मोत्यांचे पीक' या तीन गोष्टी 'पाकळ्या' मध्ये प्रथमच येत आहेत. या गोष्टी निवडताना वाङ्मयगुण व मनावर संस्कार करण्याचे सामर्थ्य या पूर्वीच्या गोष्टींची निवड करताना डोळ्यांसमोर ठेवलेल्या कसोट्याच मी त्यांना लावून पाहिल्या आहेत.

कथेमध्ये संस्कार करण्याचे जे सामर्थ्य असते, त्याच्याविषयी थोडेसे सविस्तर लिहिणे आवश्यक आहे. करमणूक करणारी कथा संस्कारी असतेच, असे नाही. अनेकदा ती तशी नसण्याचा संभव असतो. दिवसाकाठी आठ-आठ, दहा-दहा तास

राबणाऱ्या आणि हुश्श करीत आपल्या खुराड्यात संध्याकाळी परत येणाऱ्या माणसांनी ज्याच्यामुळे डोक्याला विचारांचा त्रास होणार नाही, संसारातल्या कष्टांची आणि दु:खाची आठवण होणार नाही, अशा प्रकारच्या वाङ्मयाचा आश्रय केला, तर त्यात अस्वाभाविक असे काहीच नाही. डोके अतिशय दुखू लागले, म्हणजे एखादी गोळी घेऊन त्या वेदना विसरण्याचा मनुष्य प्रयत्न करतो ना? वर वर्णन केलेले वाचन थोडे-फार अशाच प्रकारचे असते. अशा वाङ्मयात बहुधा कुठून येणार?

असले वाङ्मय कोणत्याही प्रकारे डोक्याला शीण देणारे नसल्यामुळे ते वाचण्याचा मोह विद्यार्थ्यांना होणे स्वाभाविक आहे. पण त्यांनी कटाक्षाने त्यापासून दूर राहिले पाहिजे. वाचन हे मनाचे अन्न आहे, हे त्यांनी क्षणमात्र विसरू नये. अभिजात वाङ्मय मनुष्याला कधीही स्वप्नाळू बनवीत नाही. खोट्या खमंगपणाने ते त्याच्या ठिकाणी भलती भूक निर्माण करीत नाही. जगाचे आणि जीवनाचे सत्य स्वरूप ते त्याच्यापासून लपवून ठेवीत नाही. जातिवंत ललितवाङ्मय हे मनुष्याला जागे करणारे स्वप्न असते. त्या वाङ्मयात स्वप्नसृष्टीचे सारे सौंदर्य भरलेले असते. पण त्या सौंदर्यातही एक प्रकारचे सामर्थ्य असते. ते सामर्थ्य माणसाला विचार करायला लावते, त्याला धीर देते. जीवन कसे आहे, हे तर ते त्याला दाखवितेच, पण ते कसे असावे, याची चित्रेही ते त्याच्या डोळ्यांपुढे उभी करतो. मी ज्याला संस्कारांचे सामर्थ्य म्हणतो, ते वाङ्मयाच्या या शक्तीतून निर्माण होते. ही शक्ती तरल कल्पना, उत्कट भावना व विशाल विचार यांचा संगम ज्यांच्या ठिकाणी झालेला असतो, अशा प्रतिभावान साहित्यकारांच्या वाङ्मयातून विजेसारखी चमकत असते. शेक्सपीअर-टॉलस्टॉयसारखे जगद्विख्यात ग्रंथकार किंवा आपटे-शरच्चंद्रांसारखे भारतीय साहित्यकार यांचे ललितवाङ्मय वाचू लागले की, आपल्याला या विद्युल्लतेचे तरल नृत्य पाहायला मिळते. असे अव्वल दर्जाचे लेखक केव्हाही विरळच असतात, पण जे असतात, ते ललित साहित्याचे सामर्थ्य किती विलक्षण असते, याची आपल्याला प्रचीती आणून देतात. तसे पाहिले, तर इसापने किती छोट्या गोष्टी लिहिल्या आहेत! आणि त्यासुद्धा साऱ्या काही माणसांच्या नाहीत. त्यातल्या अनेक कोल्हा-कुत्र्यांच्या किंवा अशाच प्रकारच्या इतर पशुपक्ष्यांच्या आहेत, पण आचार्य विनोबाजी भावे यांच्यासारखा प्रत्येक गोष्टीची चिकित्सा सूक्ष्म दृष्टीने करणारा तत्त्वज्ञ, आपल्या आवडत्या पुस्तकांत भगवद्गीतेच्या जोडीने इसापनीतीला स्थान देतो, ही गोष्ट कथावाङ्मयाचे संस्कारसामर्थ्य सिद्ध करण्याला पुरेशी आहे, असे मला वाटते.

वर उल्लेखिलेल्या थोर साहित्यकारांची पायधूळ मी नेहमीच आदराने मस्तकी धारण करीत आलो आहे. त्यांच्या पायरीला पाय लावण्याची कल्पना स्वप्नातसुद्धा

मला शिवलेली नाही. पण प्रत्येक झाड आपापल्या परी वाटसरूंना सावली देतच असते. विस्तार पावलेल्या एखाद्या वटवृक्षाची सावली इतकी गर्द आणि शीतल असते की, शेकडो लोकांचे ती उन्हापासून सहज संरक्षण करू शकते. सामान्य झाडापाशी अशी शक्ती कुठून असणार? पण थोडी असो, विरळ असो, त्याची म्हणून छाया असतेच! 'पाकळ्या'तल्या गोष्टी निवडताना संस्कारांचे असे अल्प का होईना, सामर्थ्य ज्यांच्यात आहे, अशा कथाच मी निवडल्या आहेत.

उदाहरणार्थ, 'चकोर आणि चातक' ही एक अगदी छोटी गोष्ट पाहावी. अशा प्रकारच्या कथा मी पुष्कळ लिहिल्या आहेत. त्या अनेक प्रौढांनासुद्धा आवडतात, असा अनुभव आहे. पण एकीकडून कल्पकता आणि दुसरीकडून तात्त्विकता यांना स्पर्श करणाऱ्या अशा कथा कुमारवयातल्या विद्यार्थ्यांनी विपुल प्रमाणात वाचाव्यात, असे मला नेहमीच वाटते. चकोर काय किंवा चातक काय, दोन्हीही पक्षी आपल्यापैकी कुणीच पाहिलेले नसतात. पण संस्कृत वाङ्मयाच्या परंपरेमुळे या दोघांविषयी काही कल्पना आपल्या मनात दृढमूल झालेल्या असतात. त्या कल्पनांनाच नवी कलाटणी देऊन आणि त्या चमत्कृतीतून एक तत्त्व जाता-जाता दिग्दर्शित करून ही कथा लिहिली गेली आहे. आकाश ही काही चकोराच्या किंवा चातकाचया मालकीची वस्तू नाही. या आकाशात केव्हा चांदणे चमकेल, केव्हा त्यातून पाऊस पडेल. निसर्गाचा तो नियमच आहे. पण चांदण्याकरिता लोलुप झालेल्या चकोराला पावसाने भरलेले ढग आपले शत्रू वाटतात, तर पर्जन्याच्या थेंबाकरिता हपापलेल्या चातकाला चांदणे अग्निवर्षावापेक्षाही भयंकर वाटू लागते. आकाश उदार आहे. त्यात सर्व गोष्टींना स्थान आहे. पण या दोन्ही पक्ष्यांची मने अतिशय संकुचित आहेत. आपल्यापलीकडे ती पाहूच शकत नाहीत. जग सर्वांचे आहे, ही जाणीवच त्यांना होत नाही. अशा आपल्या पायापुरते पाहणाऱ्या, आपल्या इच्छेची तृप्ती म्हणजे साऱ्या जगाचे समाधान, असे अतिशय चुकीचे समीकरण मांडणाऱ्या व्यक्तींचे भांडण झाले नाही, तरच नवल! तिकडे आकाशात मेघ आणि चंद्रिका लपंडावाचा खेळ खेळतात; इकडे अंतरीक्षात हे दोघे पक्षी त्या खेळामुळे चिडून जाऊन आपला राग दुसऱ्यावर काढतात आणि एकमेकांना फाडायला तयार होतात. शेवटी पाऊसही पडतो आणि चांदणेही चमकू लागते. पण ते केव्हा? या रूपकथेचे शेवटचे वाक्य असे आहे – 'त्या दोन पक्ष्यांच्या प्रेतांवरील जलबिंदूंवर चांदणे चमकू लागले.'

इथे कथा संपते. पण तिने मनात निर्माण केलेले तरंग काही तिथेच थांबत नाहीत. मनावर होणाऱ्या गोष्टीच्या संस्काराचे पहिले स्वरूप वाङ्मयीन असते. समर्पक शब्दांनी, लयबद्ध रचनेने, चमत्कृतिजनक कल्पनेने, हृदयंगम भावनेने किंवा अशाच साधनांनी कथेत जे सौंदर्य निर्माण केलेले असते, ते त्या संस्कारात

प्रतिबिंबित झालेले दिसते; पण त्या आनंदाचा उपभोग घेऊन आपण लगेच ती कथा विसरून जातो, असे नाही. ज्या आस्वादात शरीराच्या सुखाला प्राधान्य असते... उदाहरणार्थ, पक्वान्न खाताना ते आपल्या जिभेला किती आवडते, हेच आपण अधिक पाहतो... त्याचा आनंद भंगुर असणे स्वाभाविक आहे. पण वाङ्मयाचा संबंध मुख्यत: माणसाच्या बुद्धीशी, त्याच्या हृदयाशी, त्याच्या आत्म्याशी असतो. आपण साहित्याचा आनंद चाखतो, तो काही कर्मेंद्रियांनी नाही. त्यामुळे सूर्य अस्ताला गेला, तरी आकाशात पश्चिमेकडे विविध रंगांच्या सुंदर छटा जशा जिकडे तिकडे पसरलेल्या दिसतात, त्याप्रमाणे कुठलीही वाङ्मयकृती वाचल्यानंतर आपले मन अनेक कल्पनांनी, भावनांनी व विचारांनी रंगून जाते.

या रंगून जाण्याच्या मनुष्याच्या मनाच्या क्रियेतूनच वाङ्मयाचा वैचारिक संस्काराचा प्रारंभ होतो. 'चकोर व चातक' ही कथा वाचल्यानंतर आपल्याला एक प्रकारची अनामिक हुरहूर लागते. या कथेत जे घडले आहे, ते घडायला नको होते, या दोन्ही पक्ष्यांनी भांडून एकमेकांचा जीव घेण्यापर्यंत मजल न्यायला नको होती, दोघांनाही जे हवे होते, ते या जगात मिळण्यासारखे होते, आपली इच्छित वस्तू एकाला आधी मिळाली असती, दुसऱ्याला उशिरा मिळाली असती – पण हा जीवनाचा नियमच आहे, हे त्यांनी जाणायला हवे होते, असे विचार आपल्याला अस्वस्थ करून सोडतात.

पण हा अस्वस्थपणा इथेच थांबत नाही. मग आपल्या मनात येते, त्या चकोराला किंवा चातकाला हसण्यात काय अर्थ आहे? सर्व सृष्टीत श्रेष्ठ असलेला व आपल्या बुद्धीचा पदोपदी अभिमान बाळगणारा मनुष्य तरी त्यांच्यापेक्षा अधिक शहाणपणाने या जगात वागत आहे काय? 'What man has made of man!' हे वर्डस्वर्थचे उद्‌गार आजही पूर्वीइतकेच खरे आहेत.

स्वार्थ, जात, धर्म, राष्ट्र, पक्ष, पंथ यांच्या नावाखाली माणसामाणसामध्ये केवढ्या उंच भिंती उभारल्या जात आहेत. मनुष्यांना एकमेकांपासून दूर ठेवणारी एक जुनी भिंत पाडावी, तो तिच्यापेक्षा प्रचंड व गगनचुंबी अशी दुसरची नवी भिंत मधे उभी राहत आहे. विसावे शतक हे आपण सुधारणेचे, शास्त्रीच ज्ञानाचे आणि मानवी प्रगतीचे युग समजत होतो. पण या शतकात झालेली दोन महायुद्धे, त्यांची कारणे आणि त्यांनी केलेला मानवी जीवनाचा आणि उच्च मूल्यांचा विनाश, जगात सामान्य मनुष्याला, सामान्य सुखेसुद्धा दुर्लभ होऊ लागल्यामुळे त्याच्या ठिकाणी जीवनाविषयी निर्माण झालेली अंधश्रद्धा, इत्यादी गोष्टी पाहिल्या, म्हणजे मानवजातीची सुधारणा होत आहे की, तिचा अध:पात होत आहे, याविषयी मन साशंक होते.

'चकोर व चातक' ही रूपककथा या परिस्थितीवर थोडा प्रकाश टाकीत आहे. जोपर्यंत मनुष्य संकुचित जगाबाहेर पाहायला तयार नाही, जोपर्यंत आपल्याइतकाच

दुसऱ्याचाही जगण्याचा अधिकार मान्य करायला तो तयार नाही, जोपर्यंत इतरांनी आपल्याशी जसे वागावे, अशी तो अपेक्षा करतो, तसा तो इतरांशी वागत नाही, तोपर्यंत जगातली अनेक दुःखे अशीच धगधगत राहणार, हे उघड आहे. चकोर आणि चातक यांच्यापलीकडे जाऊन माणसाने जीवनाचा विचार केला पाहिजे. तरच त्याचा तरणोपाय आहे.

'मोत्यांचे पीक', 'सुंदर चित्र', 'दोन पतंग' इत्यादी कथा वाचताना विद्यार्थ्यांनी हा दृष्टिकोन अवश्य लक्षात घ्यावा. असल्या छोट्या कथा फार प्राचीन काळापासून प्रत्येक देशातल्या जनमनाला रंजवीत आणि त्या रंजनाच्या द्वारे जीवनावर प्रकाश पाडीत आल्या आहेत. इसापनीती, पंचतंत्र, हितोपदेश हे अशा गोष्टींचे सुंदर संग्रहच होत. त्यांची गोडी अद्यापि अवीट आहे. ख्रिस्त आणि बुद्ध यांनी आपला उपदेश बहुजनसमाजाला सहज समजावा, म्हणून याच कथापद्धतीचा आश्रय केला. जिब्रानसारख्या जगप्रसिद्ध तत्त्वज्ञ कवीची प्रतिभाही याच प्रकारच्या कथात प्रकर्षाने प्रकाशमान झाली आहे.

या पद्धतीची कथारचना बाह्यत: सोपी दिसते. पण कल्पकता, सूचकता, तात्त्विकता इत्यादी गुणांचा कलात्मक पद्धतीने आविष्कार झाला, तरच ती आकर्षक होते. 'मोत्यांचे पीक' ही कथा महाभारतातल्या ययातीच्या आख्यानाशेजारी किंवा 'माणसाला किती जमीन लागते?' How much land does a man need? ‹ या टॉलस्टॉय सुप्रसिद्ध गोष्टीजवळ ठेवून पाहिली, म्हणजे रूपककथेचे वैशिष्ट्य चटकन लक्षात येते. ययातीची कथा मानवी जीवनावर मोठा प्रखर प्रकाश टाकणारी आहे. कुठलाही सुखोपभोग इच्छा करताच ज्याच्यापुढे हात जोडून उभा राहत असे, अशा राजाची ही गोष्ट आहे. सर्व प्रकारची सुखे त्याने वर्षानुवर्ष उपभोगिली. प्रत्येक सुख देणाऱ्या पदार्थातील रसाचा थेंब नि थेंब त्याने चाखला. सर्व सुखांचा मनसोक्त आस्वाद घेता-घेताच तो वृद्ध झाला. पण वार्धक्य आले, तरी त्याची सुखोपभोगाची इच्छा मात्र तृप्त झाली नाही. आपण पुन्हा तरुण कसे होऊ, याचा तो विचार करू लागला. तो आपली माणुसकी विसरला, वात्सल्य विसरला. त्याने आपल्या मुलांशी सौदा करण्याला सुरुवात केली. 'जो आपलं तारुण्य मला देईल, त्याला मी माझं राज्य देईन' असे उघडपणे सांगून त्याने एका मुलाच्या माथी आपले वाधर्क्य लादले. ययाति पुन्हा तरुण झाला, पुन्हा सर्व सुखांचा उपभोग घेऊ लागला. अशी अनेक वर्षे गेली. पण प्रत्येक सुखाच्या बाबतीत त्याचे मन अतृप्तच राहिले. तेव्हा त्याला कळून चुकले की, केवळ सुख भोगून सुखाची इच्छा कधीच तृप्त होत नाही. उलट, प्रत्येक नव्या आहुतीने अग्नी जसा प्रज्वलित होत जातो, त्याप्रमाणे उपभोगाने ती वाढत राहते. शरीराचे लाड पुरवून ही इच्छा कधीही जिंकता येत नाही. मन ताब्यात ठेवणे हाच तिच्यावर विजय मिळविण्याचा उपाय आहे.

टॉलस्टॉयच्या गोष्टीतही माणसाच्या या सुखाच्या हव्यासाचे, अंध लोभाचे, जगातल्या जास्तीत जास्ती गोष्टी आपल्या मालकीच्या असाव्यात, या स्वार्थी प्रवृत्तीचे सुंदर चित्रण आहे. मृत्यूनंतर माणसाला अवघी साडेतीन हात जमीन पुरते. पण जिवंतपणी मात्र कितीही जमीन मिळाली, तरी तो तृप्त होत नाही. जेवढ्या मोठ्या जमिनीला प्रदक्षिणा घालता येईल, तेवढी आपली होईल, या कल्पनेने त्या कथेतील नायक धावत सुटतो आणि उरी फुटून मरतो.

'मोत्यांचे पीक' मध्ये माणसाच्या याच वृत्तीचे चित्र रेखाटले आहे. पण या कथेला एकीकडून अद्‌भुतरम्यतेचा आणि दुसरीकडून आधुनिकतेचा आधार आहे. वैयक्तिक सुखोपभोग हा ययातीचा हव्यास होता. टॉलस्टॉयच्या नायकालाही जास्तीत जास्त जमीन पदरात पाडून घेण्याचा लोभ सुटला होता. 'मोत्यांचे पीक' या रूपककथेत केवळ व्यक्तीच्या या अंध व स्वार्थी प्रवृत्तीचे चित्रण नाही. विसाव्या शतकात ती एक सामाजिक वृत्तीच बनू पाहत आहे, या गोष्टीचे दिग्दर्शन तिच्यात आहे. मनुष्याचे जीवन गेल्या शतकात अधिक गुंतागुंतीचे होत गेले. साहजिकच त्यात पैशाला पूर्वीपेक्षा अधिक महत्त्व प्राप्त झाले. या महत्त्वाने मोहून जाऊन माणूस एक गोष्ट विसरू लागला आहे. ती म्हणजे, पैसा हे सुखी जीवनाचे एक साधन आहे, ते काही माणसाचे साध्य होऊ शकत नाही, हे होय. पैशाची मूल्ये ही, किती झाले, तरी कृत्रिम. मानवतेवर अवलंबून असणाऱ्या मूल्यांच्या दुय्यम दर्जाची. पण दुर्दैवाने आज मनुष्य त्यांची पूजा करू लागला आहे. या पूजेमुळे जगात नवे नवे अनर्थ निर्माण होत आहेत. एकीकडे मनुष्य निसर्गावर विजय मिळवीत आहे, पण दुसरीकडे त्याच्या आत्म्याचा पराभव होत आहे. मानवजातीचे हे आजचे विचित्र दु:ख 'मोत्यांचे पीक' या कथेत चित्रित करण्याचा मी प्रयत्न केला आहे. तो कदाचित व्हावा तितका यशस्वी झाला नसेल, पण रूपककथा किती विशाला विषयाला स्पर्श करू शकते, हे तिच्यावरून लक्षात यायला हरकत नाही.

रूपककथांप्रमाणे विनोदी कथाही विद्यार्थ्यांना आवडतात, असा माझा अनुभव आहे. 'हवापालट' व 'आंध्र मलमल' या तशा प्रकारच्या दोन गोष्टी या संग्रहात त्यांना आढळतील. समुद्राच्या भरतीच्या लाटांप्रमाणे ज्याच्यातले हास्याचे कल्लोळ प्रतिक्षणी वाढत जातात, असा विनोदी लेखनाचा एक प्रकार आहे. पण तो मला फारसा साधत नाही. प्रत्येक लेखकाच्या स्वभावात त्याच्या वाङ्‌मयविषयक आवडीनिवडीची बीजे असतात. जे त्याला आवडते, ते लिहिण्याची हौस उत्पन्न होते व अनेकदा प्रयत्नांती ते साधते. या दृष्टीने विचार केला, म्हणजे केवळ हास्यकारक असे लिखाण मी का करू शकत नाही, हे माझे मला कळते. अतिशयोक्तीने, शाब्दिक कोटीने, कल्पनेच्या कसरतीने किंवा स्थूल विसंगतीच्या

दर्शनाने मनमुराद हसविणे ही काही सामान्य कला नाही. पण अशा विनोदाने मला हसू आले, तरी ते फार वेळ टिकू शकत नाही. हवेने भरलेल्या रबरी फुग्याला टाचणी लागताच तो जसा सुरकतून जातो, त्याप्रमाणे विचाराचा स्पर्श होताच अशा लिखाणाने उत्पन्न झालेल्या माझ्या मनातल्या हास्यलहरी दबून जातात. जीवनातल्या विविध विसंगतीवर, जो विनोद सूक्ष्म पण तीव्र प्रकाश टाकू शकतो, तो मला अधिक आवडतो. या दोन्ही गोष्टीत तशा प्रकारचा थोडासा प्रयत्न मी केला आहे. 'हवापालट' ही गोष्ट अगदी साधी – जिला आपण कौटुंबिक म्हणू, अशा प्रकारची आहे. पण तिच्यात मनुष्यस्वभावांतल्या स्वार्थी प्रवृत्तीचे निदर्शन आहे. या गोष्टीतल्या आनंदीबाईंना स्वयंपाकिणीची जरुरी लागते, तेव्हा त्यांना आपली विधवा आतेबहीण सखुताई हिची आठवण होते. तोपर्यंत ती जिवंत, की मेली, याची चौकशीसुद्धा त्या करीत नाहीत; पण नोकर म्हणून स्वयंपाकीण ठेवली, तर तिला पगार द्यावा लागणार. त्यापेक्षा नात्यातली सखुताई अन्नावारी राबेल आणि तिला अगत्याने बोलावल्याचे श्रेयही आपल्या पदरात पडेल, असा पोक्त विचार त्या करतात. दया, प्रेम, सहानुभूती वगैरे भावना ही मानवी मनाची भूषणे आहेत. पण हे खरेखुरे अलंकार हवे असतील तर त्यांच्यासाठी तसेच मोल माणसाने मोजले पाहिजे. त्याग, सेवा, सहनशीलता इत्यादी गोष्टी जवळ असल्याशिवाय ही भूषणे मनुष्याला लाभत नाहीत. पण खरे दागिने विकत घेण्याची ऐपत नसली, तरी खोटे दागिने अंगावर घालून जगात मिरविण्याचा मोह अनेकांना होतोच, की नाही? तसेच याही बाबतीत घडते. माणसे दयेचे, प्रेमाचे आणि सहानुभूतीचे नाटक करीत सुटतात. ही ढोंगी वृत्ती त्यांच्यावर उलटते, म्हणून आपल्याला चीड न येता हसू येते. सखुताई विधवा झाली आहे, एवढेच त्यांना ठाऊक असते. त्यानंतर मध्यंतरीच्या काळात तिची चौकशी करण्याच्या फंदात त्या कधीच पडत नाहीत. अनेक वर्षे लोटली असली, तरी विधवा सखुताई विधवाच असणार, ती या आप्ताच्या घरी तुकडे मोडीत असेल, नाहीतर त्या नातलगाच्या घरी नाइलाजाने राहत असेल, या पलीकडे तिच्या आयुष्यात दुसरा कसला फरक होणार आहे, अशी त्यांची विचारसरणी असते. मधल्या काळात सखुताईचा पुनर्विवाह होऊन तिला मुलेबाळे झाली असतील, ही कल्पनाच त्यांच्या मनाला शिवत नाही. त्यामुळे सखुताईला मोठ्या साळसूदपणाने त्या निमंत्रण पाठवतात. पण विधवा म्हणून बोलावलेली सखुताई जेव्हा लेकुरवाळी सौभाग्यवती या नात्याने त्यांच्यापुढे दत्त म्हणून उभी राहते, तेव्हा त्यांचे डोळे पांढरे होतात!

'आंध्र मलमल' या गोष्टीतही असाच दुसऱ्या प्रकारचा दंभस्फोट आहे. त्याचे स्वरूप मात्र कौटुंबिक नसून, सामाजिक आहे. आपण सारेच स्वत:ला देशभक्त समजतो. देशाच्या उन्नतीच्या किंवा तशा प्रकारच्या चळवळीत कधी कधी थोडाफार

भाग घेतो. प्रत्येक गावात जाऊन पाहावे, मंडळे आणि समाज यांची तिथे गर्दी झालेली दिसेल. गावोगाव असे हजारो चिल्लर देशभक्त पसरले असताना एकंदर देशाची स्थिती मात्र सुधारलेली दिसत नाही. असे का व्हावे? थोडासा विचार केला की, या प्रश्नाचे उत्तर लक्षात येते. आपल्यापैकी बहुतेकांची देशभक्ती वरवरची असते. कुठल्या तरी प्रवाहाबरोबर आपण अंधपणाने वाहत जात असतो! पोहण्याची इच्छा किंवा शक्ती आपल्या अंगी अनेकदा नसते; आणि असली, तरी पोहून कुठे जायचे, याचा आपण कधीच विचार केलेला नसतो. त्यामुळे वाहत जाण्याखेरीज आपल्याला वेगळी गतीच उरत नाही. 'आंध्र मलमल' या गोष्टीतले बाबुराव असेच आहेत.

सार्वजनिक जीवनातला दांभिकपणा हा समाजाला मिळालेला सर्वांत भयंकर शाप होय. ते जीवन विशुद्ध कसे ठेवायचे, हा प्रश्न सोपा नाही. पण पाण्याचा प्रवाह दूषित झाला की, त्याच्या काठी असलेल्या गावांत रोगाच्या साथी जशा पसरतात, त्याप्रमाणे सार्वजनिक जीवनातली विशुद्धता लोप पावली की, जगातल्या भव्य गोष्टींनाही क्षुद्र स्वरूप प्राप्त होते; आणि ज्याला आपण कार्य म्हणतो, ते फक्त शब्दांतच राहते! एवढी जाणीव या कथेने विद्यार्थ्यांच्या मनात निर्माण व्हायला हरकत नाही.

या संग्रहालयातल्या इतर कथांत विद्यार्थ्यांना आपल्या भोवतालची सुखदु:खे आणि विविध मने प्रतिबिंबित झालेली दिसतील. 'स्काउटचा पोशाख', 'चंद्रकोर', व 'जुना कोट' या गोष्टी साहजिकच त्यांना अधिक जवळच्या वाटतील. त्यात व्यक्त झालेली भावनांची उत्कटता आणि निरागसता हा बालमनाचा बहुमोल अलंकार आहे. तो विद्यार्थ्यांनी स्वत:पाशी जपून ठेवला पाहिजे. प्रौढपणी त्याची खरी किंमत कळू लागते. 'दादू' व 'आई' या गोष्टीत गरिबीशी झगडणाऱ्या माणसांच्या मनातही जी उदात्तता फुलत असते, तिचे दर्शन होईल. मानवतेची खरीखुरी प्रगती या उदात्ततेवर अवलंबून आहे, असे मला वाटते. ललित लेखनाचे कार्य केवळ जीवन कसे आहे, हे दाखविण्याचे नाही; ते कसे असावे, हेही त्याने दर्शविले पाहिजे, असे मी मानीत आलो आहे. त्यामुळे आदर्शाला, ओझरता का होईना, स्पर्श करणारी वास्तवता या व इतर सामाजिक कथांत प्रतिबिंबित झालेली दिसेल.

कथेच्या तंत्राविषयी विद्यार्थ्यांना बरेच कुतूहल असते. किंबहुना, कथा लिहिण्याचे काही ठरावीक नियम आहेत व त्यांचे ज्ञान झाले की, आपण उत्तम कथा सहज लिहू, असे त्यांना वाटते. गेल्या पंचवीस वर्षांत मराठी लघुकथेचा विकास झपाट्याने होत गेला. साहजिकच लघुकथेच्या रचनेविषयीची चर्चा वाढली. पाश्चात्त्य

देशात गोष्टींना फार मोठ्या प्रमाणात मागणी असल्यामुळे कथालेखनाला अंशत: धंदेवाईक स्वरूप प्राप्त झाले आहे. रसिक टीकाकार व धंदेवाईक लेखक या दोन्ही प्रकारची मंडळी तिकडे वारंवार ग्रंथ लिहून लघुकथा या वाङ्मयप्रकाराचे विवेचन करीत असतात. त्याचे पडसाद आपल्याकडेही उमटतात. या विवेचनात नवख्या लेखकाला मार्गदर्शन करणाऱ्या अनेक गोष्टी सुबोध रीतीने सांगितलेल्या असतात, हे खरे; पण अशी पुस्तके वाचकांच्या मनात एक प्रकारचा गोड भ्रम निर्माण करतात. त्या भ्रमाला विद्यार्थ्यांनी बळी पडू नये. रचनेच्या नियमांवर प्रभुत्व मिळविल्याने कुणीही चांगला कथालेखक होऊ शकत नाही. फार फार तर तो नीटनेटकी गोष्ट लिहू शकेल. पण रचनेच्या सुबकपणामुळे गोष्टीचा निर्जीवपणा झाकून जाईल, ही आशा त्याने बाळगू नये. साऱ्याच ललितवाङ्मयाच्या बाबतीत हे खरे आहे. असे वाङ्मय स्फुरले पाहिजे. पृथ्वीच्या हृदयातला रस जसा झुळझुळणाऱ्या झऱ्याच्या रूपाने बाहेर येतो किंवा अंतरंगात भडकलेल्या ज्वालामुखीचा स्फोट होतो, त्याप्रमाणे जीवन जगता-जगता स्वत:ची आणि इतरांची जी सुखदु:खे कलावंताच्या मनाला तीव्रतेने जाणवतात, त्यांच्यांतूनच जातिवंत ललितवाङ्मय निर्माण होते. असे स्फुरलेले वाङ्मय निसर्गातल्या सुगंधी फुलांसारखे आनंद देते. उलट, रचलेले वाङ्मय कागदी फुलासारखे असते.

तंत्राला किंवा काय सांगावे, यापेक्षा 'कसे सांगावे' या गोष्टीला वाङ्मयात फार महत्त्व आहे, असा विद्यार्थ्यांचा समज होण्याचा संभव असतो, म्हणून हे लिहिले. पण याचा अर्थ तंत्राला वाङ्मयात काहीच स्थान नाही, असा नाही. ज्याचे सौंदर्य दीर्घकाल टिकलेले आहे, अशा ललितवाङ्मयाचे स्वरूप थोडे बारकाईने पाहिजे, तर त्यात आशयाची भव्यता किंवा रम्यता आणि रचनेचे सौंदर्य यांचा एकजीव झाला आहे, असे दिसून येईल. दुधात जशी साखर मिसळून जाते, तसे तंत्र कथेत विरून गेले पाहिजे. त्याने तिच्या अंतरंगाचे सौंदर्य आणि परिणामाचे सामर्थ्य वाढवायला मदत केली पाहिजे.

या संग्रहातल्या कथांत रचनेचे अनेक प्रकार आढळतील. त्यात निवेदन आहे, आत्मनिवेदन आहे, पत्रात्मक पद्धती आहे. कलाटणीमुळे कथेत निर्माण होणारी रंजकता, प्रतिकामुळे गोष्टीत उत्पन्न होणारे सूचक सौंदर्य, इत्यादी गोष्टींची उदाहरणेही या संग्रहात मिळतील. पण हे सारे गोष्टी लिहिता-लिहिता जसे सुचले आणि साधले, तसे मी केले. कथाबीज लेखकाच्या मनात पडल्यावर त्याचा केव्हा त्वरित, तर केव्हा अगदी सावकाश विकास होत राहतो. या विकासाच्या क्रियेला त्याच्या सर्व मानसिक शक्ती हातभार लावीत असतात. अर्थात रचनेच्या सौंदर्याविषयीचे उपजत अथवा अभ्यासाच्या द्वारे मिळविलेले ज्ञान अशा वेळी त्याच्या उपयोगी पडतेच पडते. यासाठी तंत्राचा अभ्यास त्यांतल्या त्यात पिढ्यान् पिढ्या लोकप्रिय

होऊन राहिलेल्या जागतिक कीर्तीच्या कथांतून व्यक्त होणाऱ्या तंत्राचा अभ्यास-लेखकाने करावा, हे इष्टच आहे. पण केवळ अशा अभ्यासाने चांगली कथा लिहिता येईल, असे मात्र नाही.

'पाकळ्या'तल्या बहुतेक गोष्टींचे उगम माझ्या अनुभवातच आहेत, असे सांगितले, तर अनेकांना आश्चर्य वाटेल. उदाहरणार्थ 'आई' ही शेवटची गोष्ट आपण घेऊ. एक तरुण विधवेच्या मातृहृदयाच्या जागृतीची ती कहाणी आहे. अशी बाई मी कुठेतरी पाहिली असेल व मग मला ही कथा सुचली असेल, असे पुष्कळांना वाटेल. पण या कथेची कल्पना अगदी पहिल्यांदा माझ्या मनाला चाटून गेली, ती माझ्या स्वत:च्या अनुभवावरूनच. माझी धाकटी मुलगी मंगला प्रथम प्रथम शाळेत जायला फार नाखूश असे. तिला शाळेत पोहोचवायला तर मलाच जावे लागे. कारण दुसऱ्या कुणाबरोबर जायचे म्हटले, की ती भोकाड पसरी. मी शाळेत तिला पोहोचवून परतायला लागलो की, पाणावलेल्या डोळ्यांनी ती माझ्याकडे पाही आणि मला आपल्या सोबतीला बसण्याचा आग्रह करी. मी तिथे न बसता आलो, म्हणजे एखादेवेळी ती एकटीच घरी पळून येई. तिला शाळेला पोहोचविण्याचा हा कार्यक्रम कितीतरी दिवस सुरू होता. माझा सकाळचा कामाचा वेळ त्यात फुकट जाऊ लागला. शेवटी मी चिडलो, तिच्यावर रागावलो. पण दुसऱ्याच क्षणी माझी स्मृती जागी झाली. लहानपणी शाळेत जाताना मी असाच हट्ट करीत असे, हे मला आठवले. माझी समजूत घालणारे वडील, मला रागारागाने बोलणारी आई, मला पोहोचवायला येणारी धोंडू मोलकरीण आणि तिला चावून तिच्या हातून निसटू पाहणारा मी, ही सारी चित्रे स्पष्टपणे माझ्या डोळ्यांपुढे उभी राहिली. ती पाहता-पाहता माझे मलाच हसू आले. मग मनुष्याची दृष्टी किती कोती असते, असे वाटले. लहानग्या मंगलचा हट्ट हा विशाल सृष्टिचक्राच्या भ्रमणातलाच एक भाग नव्हता काय? हे भ्रमण अनादी आहे, अनंत आहे. प्रत्येक पिढीला त्या चक्राचा एक फेरा पुरा होतो. पण तो पुरा होताना पूर्वी मुले असलेली माणसे प्रौढ बनलेली असतात. आपल्या बाळपणाचे त्यांना विस्मरण होते. त्यामुळे लहान मुलांचे हट्ट त्यांना तापदायक वाटू लागतात. पण किंचित अंतर्मुख होऊन पाहिले की, जे घडते, ते स्वाभाविकच असते, अशी मनाची खात्री पटते.

या जाणिवेला माझे मन एकेका गोष्टीची जोड कसे देत गेले व शेवटी ज्या स्वरूपात ती कथा आहे, ते तिला कसे प्राप्त झाले, ही हकीकत मनोरंजक असली, तरी इथे सांगण्याचे कारण नाही. लेखकाचे मन संवेदनक्षम हवे, आपल्या भोवताली घडणाऱ्या सर्व लहानमोठ्या घटनांत ते रमून जायला हवे, त्यांच्या मुळाशी असलेल्या प्रेरणांची आणि जीवनमूल्यांची जाणीव होईपर्यंत त्याने खोलखोल

जायला हवे, सत्य आणि सौंदर्य जिथे एकरूप होतात, अशी आपल्या अनुभूतीतील जागा त्याने धुंडून काढायला हवी. तरच एखादे वेळी त्याच्या हातून चांगली ललितकृती निर्माण होण्याचा संभव असतो, एवढेच मला म्हणायचे आहे.

'सुंदर चित्र', 'चंद्रकोर', 'केवड्याचे काटे', 'दादू' वगैरे गोष्टींची नावे वाचली, की ज्या अनुभवांतून त्या सुचल्या, ते सारे माझ्या डोळ्यांपुढे उभे राहतात. मी या कथा लिहिल्या, तेव्हा माझ्या सुहृदयतेच्या आणि जीवनाच्या जाणिवांच्या कक्षा त्यांनी वाढविल्या होत्या. या गोष्टी वाचताना माझ्या विद्यार्थीमित्रांनाही थोडा-फार तसाच अनुभव आला, तर मला माझ्या लेखनाचे सार्थक झाल्यासारखे वाटेल.

कोल्हापूर,   **वि. स. खांडेकर**
२२.४.१९५३

अनुक्रम

एक : मुकटा आणि फॅन्सी पातळ

परिचय :

'न मातुः परदैवतम्' सारखी संस्कृत सुभाषिते आणि 'जगात सारं काही विकत मिळतं, पण आईबाप मिळत नाहीत!' अशा अर्थाची मराठी वाक्ये कुणी ऐकलेली नाहीत? जननी आणि जन्मभूमी ही स्वर्गापेक्षाही श्रेष्ठ आहेत या अर्थाचा संस्कृत चरण तर प्रत्येकाच्या परिचयाचा आहे.

मातृप्रेमाला मिळालेले हे महत्त्व अवास्तव नाही. पण पुरुषाच्या पूर्व आयुष्यात मातेचे प्रेम जसे प्रोत्साहक असते, तसे पुढील आयुष्यात पत्नीचे प्रेमही त्याला प्रेरक होऊ शकते, या अनुभवाचे मात्र वाङ्मयात सहसा चित्रण होत नाही. स्त्रीच्या प्रेमाचे मातृत्व आणि पत्नीत्व हे दोन्ही पैलू सारखेच तेजस्वी असतात, हे या गोष्टीवरून दिसून येईल.

'यशवंतां'च्या काव्यगायनाला विद्यार्थ्यांची चिकार गर्दी व्हावी यात नवल नव्हते. पण माझ्या शेजारच्याच खुर्चीवर रावसाहेब काजरेकर, रिटायर्ड पोलिस-इन्स्पेक्टर येऊन बसले तेव्हा मात्र मी चकित झालो. कैऱ्या दिसू लागल्या की मुले आंब्याच्या झाडाखालीच सापडायची! पण हातात दगड घेऊन ते आंब्याच्या झाडावर मारीत बसणारा म्हातारा कधी कुणी पाहिला आहे का?

बरे, तो म्हातारा तरी काय वाङ्मयात कोहळा अगर आवळा होता? छे! पोलिसखात्यातले कडू कारले ते! माझ्या आईचे दूरचे मामा लागत होते हे रावसाहेब. त्यामुळे अगदी खडान्‌खडा माहिती होती त्यांची मला. मूळची गरिबी फार. पण खडक फोडून पाण्याच्या प्रवाहाने बाहेर पडावे, त्याप्रमाणे स्वतःच्या पराक्रमाने हा गृहस्थ अम्मलदारीपर्यंत पोचला. अशा प्रवाहाला खळखळ आणि वेग फार असायचा, हा निसर्गाचा नियमच आहे.

पेन्शन घेतल्यावर स्वारी इथेच स्थायिक झाली होती. विमाएजंटच्या कामात नीट बस्तान बसल्यामुळे माझीही सुखवस्तू माणसांत गणना होऊ लागलेली! अशा स्थितीत खरे म्हटले तर त्यांचा माझा घरोबा वाढायचा! पण तो वाढला नाही हे

सुद्धा एका अर्थी बरोबर होते म्हणा! लहानपणीच आईवेगळा झालो होतो मी! त्यांच्या-माझ्यामधला दुवाच तुटला असा! मधे पूल नसला की लहानशा नदीमुळेसुद्धा दोन गावे दुरावतात. तशातलाच प्रकार झाला होता आमचा.

आज आजोबा काव्यगायनाला आलेले पाहून मराठी वाङ्मयाचा भाग्योदय जवळ आल्याची खात्री वाटू लागली मला!

'सहज आला वाटतं?' मी पृच्छा केली.

'छे! मुद्दाम! फार स्तुती ऐकली या कवितांची-असतील चांगल्या म्हणा-पण आमच्या मोगऱ्यांची सर काही यायची नाही या अलीकडल्या कवींना! पहा ही ओळ- 'त्यांना हेच पुसा मरणोन्मुख होय आपुली माय-'

यशवंतांच्या ऐवजी आजोबांचेच काव्यगायन सुरू होते की काय अशी मला भीती वाटली. कार्यक्रमाला आरंभ झाला म्हणून बरे! नाही तर-

'यशवंतां'ची रुबाबदार मूर्ती टेबलापाशी उभी राहिली. टाळ्यांचा कडकडाट झाला. लगेच वातावरण शांत झाले. गंभीर स्वरात त्यांनी 'शारदा-वंदन' करून विविध कविता म्हणायला सुरुवात केली. त्यांचे ते पहाडी पण सकंप सूर माझ्या कानांत घुमू लागले-धावत पावसात जाऊन गारा वेचण्यात जी गंमत असते, ती त्यांच्या कल्पनांचा आस्वाद घेताना मी अनुभवू लागलो.

मी मधूनच आजोबांच्याकडे पाहिले. ते खुशाल पेंगत होते. माझ्या अगदी जिभेवर आले- 'त्यांना हेच पुसा की-'

इतक्यात 'प्रतीक्षा' हे मधुर गीत सुरू झाले.

'दार वाजले । उठुनि धांवले ।
पाहिले परंतु नाहि कोणि पातले ।।

या ओळींबरोबर दहा वर्षांपूर्वीचे खेड्यातले जीवन माझ्या डोळ्यापुढे उभे राहिले. मॅट्रिकच्या दरवाजावर दोन तीन वेळा डोके आपटल्यामुळे आलेली ती टेंगळे- वडिलांच्या वेळेपासून सारे गाव जवळ जवळ विरुद्ध झालेले, विम्याच्या कामाकरिता इंदिरेला त्या खेड्यतल्या घरात एकटी ठेवून करावी लागलेली भ्रमंती- चित्रकाराच्या कुंचल्याच्या एकेका हालचालीबरोबर चित्र जसे सजीव होऊ लागते, त्याप्रमाणे या गीताच्या प्रत्येक ओळीबरोबर इंदिरेची मूर्ती पूर्ण होत होत माझ्या मनश्चक्षूंपुढे उभी राहिली. दररोज संध्याकाळी मी परत येईन या आशेने अंधार पडला तरी दारात उभी राहणारी, चाहूल ऐकली की आनंदित आणि ती दूर गेली की उदास होणारी सोळा-सतरा वर्षांची इंदिरा-

पण आमच्या आजोबांना कुठे या नातसुनेचा पत्ता होता? त्यांचे डोळे उघडे असलेले पाहून मी हळूच म्हटले, 'छान आहे नाही कविता?'

बसलेल्या गालांमुळे अधिकच उठून दिसणारे नाक आजोबांनी मुरडले. खिशातली

चंची काढून त्यांनी खुशाल पान खायला सुरुवात केली! माझ्या मनात आले- म्हातारपण म्हणजे आयुष्यातील सहाराच!

एक दोन कविता झाल्या आणि शेवटची कविता म्हणून यशवंत 'आई' म्हणू लागले.

मला आईची आठवण बेताबाताचीच होती. शाळेतून येताच पाटीदप्तर टाकून 'आई, खाऊ' म्हणून हुकूम सोडण्याचा गोड अनुभव मी कधीच घेतला नव्हता. या कवितेतील कारुण्य माझ्या कल्पनेला कळत होते. पण 'प्रतीक्षे' इतका काही मी या गीताशी समरस होऊ शकलो नाही.

'ये रागवावयाहि, परि येइ येइ वेगे'

हे चरण म्हणून टाळ्यांच्या कडकडाटात यशवंत खाली बसले.

उठण्याकरिता म्हणून मी आजोबांच्याकडे पाहिले. ते उपरण्याने डोळे पुशीत होते.

वृद्धांच्या अश्रूंत एक प्रकारचे पावित्र्य असते यात शंका नाही. राजापुरी गंगाच म्हणायची ती! सुखासुखी काही ती प्रगट व्हायची नाही! पण या पावित्र्यापेक्षाही दुसऱ्याच गोष्टीचे मला आश्चर्य वाटत होते. सबंध जन्म पोलिसखात्यात घालविलेला हा मनुष्य ! मधुर शब्द आणि कोमल कल्पना ऐकून याचे अंत:करण द्रवेल असे भविष्य करणारा महामूर्ख ठरला असता!

पण धरणीकंपापुढे दगडी इमारतीचा सुद्धा टिकाव लागत नाही. प्रत्येकाच्या आयुष्यातही असे काही अनुभव असतात की त्यांच्यापुढे कठोरपणा, संशय, काही म्हटल्या काही टिकत नाही. आजोबांचेही तसेच झाले असावे!

बाहेर पडताच ते मला म्हणाले, 'झोप आलीय का तुला?'

'छे:!'

'चल तर, बागेत बसूया घटकाभर! चांदणंही कसं झकास पडलंय!'

झकास शब्द कदाचित् कवितेत बरा दिसणार नाही. पण आजोबांच्या रक्तात औषधापुरते का होईना, काव्य आहे अशी माझी खात्री झाली.

मऊ वाळूत आम्ही बसलो. रातराणीचा मंद सुगंध दुरून येत होता. जणु काही आयुष्यातल्या गोड अनुभवांची स्मृतीच होती ती. वर चंद्रकोर कान देऊन आम्ही काय बोलत आहो ते ऐकत होती.

आजोबा म्हणाले, 'मघाशी हसला असशील तू मला!'

नकळत्यावर घालून मी म्हणालो, 'छे:!'

'ती शेवटची कविता ऐकून माझ्या डोळ्यांत पाणी उभं राहिलं. तुला वाटलं असेल, म्हाताऱ्याच्या डोळ्यांत कुसळबिसळ गेलं की काय? पण खरं सांगू, रडू

आवरेना मला अगदी!'

'यशवंतांच्या कविता आहेतच तशा सरस!'

'बाकीच्या काही नाहीत तितक्या! ती शेवटची- ती ऐकता ऐकता साठ वर्षांपूर्वीचे दिवस डोळ्यापुढे उभे राहिले माझ्या! जगात खरं छत्र एकच! आई! माउली!'

मी निर्विकार मुद्रेने पहात होतो. ते म्हणाले, 'तुला नाही कल्पना यायची त्याची! मधुकरी मागून अभ्यास करीत होतो मी. प्रकृती होती चांगली धडधाकट! पण पैशाच्या नावानं- हं:, लक्ष्मी कधीच फरारी झाली होती आमच्या घरातनं!'

'आईनं मोलमजुरी करून तुमचं शिक्षण-'

'मोलमजुरीच काय, स्वयंपाकसुद्धा करत असे ती! थोरामोठ्यांच्या घरी नित्य जावं लागे तिला. आता स्वयंपाक म्हटला म्हणजे, एक गोष्ट अगदी पाहिजेच!'

'सशक्त प्रकृती-'

'प्रकृती कसली घेऊन बसलाहेस? सध्या रोगानं माणसं मरतात. त्यावेळी गिऱ्हाईक नाही म्हणून वैद्य उपाशी मरत!' आपल्या या विनोदाला त्यांनी एकमजली हसण्याचा पाठिंबाही दिला.

'स्वयंपाकाला अगदी जरूर लागणारी गोष्ट-' जी. आय्. पी. ची गाडी बी. बी. सी. आय्. च्या रुळावर जाऊ नये म्हणून मी मधेच म्हटले.

'हो, ओळख पाहू कोणती ती?'

मी शरणचिठ्ठी दिली!

'अरे, मुकटा! आईच्या मुकट्याच्या फाटून अगदी चिंध्या झाल्या होत्या. पै-पैसा साठवून तिने चार-पाच रुपये तयार केले. फाटक्या मुकट्यानं दुसऱ्याच्या दारावर जाणं जिवावर येई अगदी तिच्या! मी मधल्या सुट्टीत बाजारातले चार मुकटे आणून दाखविले तिला. एक पसंतुसुद्धा केला तिनं. संध्याकाळी पैसे देऊन तो घेऊन जाईन म्हणून दुकानदाराला सांगून मी शाळेत गेलो. परत येतो. तो-'

मला वाटले- पैसे चोरीला गेले असावेत!

'परत येऊन पाहतो, तो दुकानाच्या मळकट रुमालात गुंडाळलेले काही तरी ओट्यावर आहे. वाटलं, परस्पर कुणाकडून तरी आणून घेतला असावा तिनं मुकटा! मनात म्हटलं- आयता हेलपाटा वाचला! एरवी ते गाठोडं मी सोडून पाहिलं असतं, निदान आईला त्याविषयी विचारलं असतं; पण त्यावेळी माझं मनच जाग्यावर नव्हतं. दुसरे दिवशी सकाळी बक्षिससमारंभ होता आमच्या शाळेत. कुठला तरी साहेब येणार होता त्याच्यासाठी. मला बक्षिस मिळणार होतं, पण चिंध्या झालेलं धोतर नेसून जायचं अगदी जिवावर आलं होतं. माझ्या! मनात ठरविलं- आईला काही सांगायचं नाही हे. वाईट वाटेल तिला उगीच! शाळेत

जायला म्हणून सकाळी बाहेर पडायचं आणि शाळेला बुट्टी द्यायची.'

'सकाळी तोंड धुऊन मी ओटीवर येतो तो निऱ्या केलेलं धुवट नवं धोतर माझ्या पिशवीवर ! देवाची करुणा भाकली की तो पावतो म्हणतात ना? पण आई ही अशी देवता आहे की तिच्यापाशी काही मागावं देखील लागत नाही. आपणहून ती-'

'मुकट्याबरोबर धोतरजोडी आणली होती वाटतं तिनं?'

'छट् ! पैचीही उधारी करायची नाही असा तर तिचा निर्धार होता! मी शाळेत गेल्यावर दुसरे दिवशीच्या बक्षिससमारंभाची हकीगत कुणी तरी सांगितली असावी तिला! फाटक्या धोतरानं मुलानं समारंभाला जाण्यापेक्षा आपण फाटक्या मुकट्यानं आणखी चार महिने स्वयंपाक करणं बरं असं तिच्या मनानं घेतलं- आईचं हृदय-'

'माया वेडी असते हेच खरं.'

'जगातल्या शहाण्याशहाण्यांना साधणार नाही ते या वेडीला साधतं!'

मी कुतूहलाने त्यांच्याकडे पाहिले.

'त्या दिवशी बक्षिससमारंभाला मी गेलो नसतो, तर बसलो असतो जन्मभर खर्डे घाशीत ! साहेबानं माझी दणकट प्रकृती पाहिली. खूष झाली स्वारी! पोलिसांत येतोस का म्हणून विचारलन्. अस्मादिकांनी उत्तर दिलं, 'अच्छा!' अच्छा हा आपला आजचा शब्द हं! त्यावेळी 'येतो साहेब' असंच म्हटलं मी'

आजोबा 'आई' ही कविता ऐकताच इतके सद्गदित का झाले हे आता माझ्या लक्षात आले! पण जुनी माणसे गोष्ट सांगून थोडीच स्वस्थ बसतात! लगेच तिचे तात्पर्य-

जेठा मारीत आजोबा म्हणाले, 'मी काही कवीबिवी नाही उपमा द्यायला नि प्रास जुळवायला. पण आई म्हणजे मुकटा! रेशमी, उबदार, सोवळ्यात चालणारं अत्यंत पवित्र वस्त्र! तरुणांना पटायचं नाही हे! ते म्हणतील, मुकट्यापेक्षा फॅन्सी पातळ चांगलं !' 'फॅन्सी पातळ' या शब्दप्रयोगावर त्यांनी लगेच टीप दिली– 'फॅन्सी पातळ' म्हजणे फॅशनेबल बायको बरं का!'

आजोबांना चार सोडा, पण एक तरी गोष्ट ऐकवावी अशी उत्कट इच्छा माझ्या मनात उत्पन्न झाली. 'दार वाजले' हे गीत ऐकताना दिसू लागलेली इंदिरेची मूर्ती चांदणे, बाग, मंद वायुलहरी- एखाद्या सुंदर गोष्टीला अनुकूल असे वातावरण होते.

मी म्हटले, 'माझी गोष्ट काही साठ वर्षांपूर्वी नाही हं!'

'वर्षांवर काय आहे रे?' आजोबा हसतमुखाने उद्गारले.

मी सांगू लागलो- 'दहा वर्षं होतील या दिवाळीला. खेड्यात रहात होतो तेव्हा आम्ही! गावकीमुळं वडिलांच्या वेळेपासून उभं गाव विरुद्ध झालं होतं आमच्या! घरात माणसं इनमीन दोन! मी आणि-'

'नवरा राजा अन् नवरी राणी!'

'पण राजा विमा कंपनीचा एजंट होऊन फिरत होता आणि राणीला मनासारखं फॅन्सी पातळ काही नेसायला मिळत नव्हतं. त्या दिवाळीच्या आधी चारपाच दिवस मी घरी यायला निघालो! रिक्तहस्तानं येणं जिवावर आलं अगदी! खिशात होते नव्हते ते पैसे खर्च करून बायकोला आवडणाऱ्या रंगाचं एक फॅन्सी पातळ मी विकत घेतलं. पातळाला शोभेल असा जरीचा खण घेणार होतो. पण खिशात खडखडाट झाला होता. अगदी! एका ठिकाणी विम्याचं बरंच कच्चं काम केलं होतं. दिवाळीनंतर गावातल्या वसुलाचे चार पैसे हातात येतील ते घेऊन परत जाईन आणि हे कच्चं काम पक्कं करीन असा मनातला बेत!'

'ते पातळ पसंत पडलं नाही वाटतं घरात?'

'पसंत? अगदी सोळा आणे पसंत पडलं! दिवाळीदिवशी घडी मोडायची म्हणून नुसतं डोळ्यांनीच पाहिलंन् तिनं. पण त्या पाहण्यात केवढा आनंद होता! पहिलटकरीण आपल्या बाळाकडे पाहते ना? अगदी तस्सा! जणु काही ते पातळ आपलं आहे हे तिला खरंच वाटत नव्हतं!'

'संध्याकाळी मी देवळात गेलो. गावात असलो म्हणजे देवाला नमस्कार करून यायचं अशी सवय होती माझी. तिथं एक भयंकर गोष्ट आली कानावर!'

'भयंकर? गावातल्या लोकांनी काही कटबीट-'

'छे: छे:! विरुद्ध पक्षानं दुसऱ्या विमा-कंपनीची एजन्सी मिळविली होती. मी जे कच्चं काम करून आलो होतो ते ढासळून टाकण्याचा बेत होता त्यांचा- वशिल्याचा जोरही चांगला होता त्यांच्या बाजूला. उद्या सकाळी उठून गेलो तर ठीक आहे; नाहीतर केलेलं काम फुकट जातं, असं दिसायला लागलं. पण परत जायला पैसे कुठून आणायचे? वसूल काही दिवाळीवाचून मिळणं शक्य नव्हतं! अन् होते नव्हते ते पैसे पातळात खर्च करून बसलो होतो मी!'

'एखादा दागिना गहाण ठेवून-'

'लंकेची पार्वती होती माझी बायको तेव्हा! नि वैऱ्यांच्या पुढं तोंड वेंगाडायचं म्हणजे- घरी येऊन उदास होऊन बसलो. जेवणावर माझं लक्ष नाही हे बायकोनं तेव्हाच ताडलं. हळुहळु पोटात शिरून काढून घेतलं तिनं सारं. मला धीर देऊन ती म्हणाली, 'अगदी सकाळी निघावं आपण. मी देते आपणाला पैसे!'

'भाऊबीजेची ओवाळणी शिल्लक असावी तिच्यापाशी!' आजोबा हसत उद्गारले.

'असंच काही तरी म्हणाली ती!

'मी सकाळी उठलो. हातावर दह्याबरोबर तिने पैसेही ठेविले. मी मोजून पाहिले- पातळाच्या किंमतीपेक्षा एक रुपयाला अधिकच होता!

'दिवाळीला आपण घरी नाही म्हणून मला वाईट वाटलं. पण तिनं सांत्वन

केलं. तिचे ते शब्द अजून आठवतात मला- 'दिवाळी काय मेली, दरवर्षी येईल. पण नशीब एकदाच उगवतं.'

'विरुद्ध पक्षाचा डाव काही साधला नाही तर मग!'

'मी अगदी वेळेवर पोचलो. मग थोडीच डाळ शिजते त्यांची? काम फत्ते करून पंधरा दिवसांनी परतलो मी. चांगले चार पैसे खिशात खुळखुळत होते. म्हटलं, त्या पातळाच्या रंगाला शोभेल असा जरीचा खण न्यावा तिच्यासाठी. लोकांची दिवाळी होऊन गेली असेल. पण माझी दिवाळी इंदिरेला पाहीन तेव्हाच—'

मी मधेच जीभ चावलेली पाहून आजोबा हसत उद्गारले, 'अरे लाजतोस काय असा नाव घ्यायला? चांगलं देवीचं नाव आहे.'

'आपली दिवाळी घरी गेल्यावर असा जप करीत मी घरी गेलो. तिच्या हातात तो खण देऊन मी म्हटलं- आपली दिवाळी उद्या! याची चोळी शीव अन् ते पातळ नेसून आणि ही चोळी घालून मला ओवाळ.'

ती हसली.

'हसायचीच की!'

'आणि रडलीही!'

आजोबा आश्चर्याने डोळे विस्फारून माझ्याकडे पाहात होते.

'पहिल्यांदा वाटलं-आनंदानं डोळ्यात पाणी उभं राहिलं असेल तिच्या! तीन वर्षांनी बरे दिवस दिसत होते आम्हांला. पण किती वेळ झाला तरी तिच्या मुद्रेवरला उदासपणा जाईना. शेवटी सांगितलंन तिनं सारं. बलिप्रतिपदेदिवशी पहाटे पणत्या लावायला उठली होती ती. मी घरी असतो तर आज ओवाळायला मिळालं असतं, असे काही तरी विचार चालले होते तिच्या मनात. मुहूर्तानं घडी मोडावी म्हणून मुद्दामच ते पातळ काढून नेसली देखील. पण पणत्या इकडे तिकडे करताना चटकन् पदर पेटला आणि-'

'अंगबिंग भाजलं की काय? त्यातून घरात एकटी!'

'अवधान राखलन् म्हणून अंग नाही भाजलं! पण पातळ जळलं म्हणे थोडसं! जळकं वस्त्र अशुभ मानतात! बायकी समजूत आपली! तेव्हा देऊन टाकलन् ते भिकाऱ्याला!'

'मी मघाशी म्हटलं तेच खरं. अरे, ही फॅन्सी पातळं मुलखाची रडवी! मुकटा तो मुकटा आणि पातळ ते पातळ!'

माझी हकीकत संपली असे वाटून आजोबांनी अभिप्राय दिला.

मी म्हणालो, 'खरी गंमत पुढंच आहे सारी. दुसरे दिवशी देवळात गेलो नित्याप्रमाणे. काही बायकाही आल्या होत्या देवाला. एरवी नसतं माझं लक्ष गेलं.

पण ते तिच्या आवडत्या रंगाचं फॅन्सी पातळ- अगदी हुबेहुब मी आणलेल्या पातळासारखं-'

'माणसासारखी माणसं दिसतात. मग पातळाचं रे काय?'

'त्या गावड्या गावात कोण आणायला बसला होता तसलं पातळ? अन् त्यातून त्याच रंगाचं! माझ्या मनात एक विलक्षण कल्पना आली. घरी येऊन विचारलं तिला. माया वेडी असते आणि शहाण्याशहाण्यांना साधणार नाही ते तिला साधतं असं मघाशी तुम्ही म्हटलं ना? तेच खरं! पातळ जळल्याची गोष्ट बनावट होती सारी! मला पैसे देण्यासाठी तिनं ते विकत दिलं होतं एका बाईला! मला संशय येऊ नये म्हणून ओवाळणीचा जवळ असलेला एक रुपया त्या पैशात घालण्याची कारवाईही केली तिनं!'

आजोबांच्या सुरकुतलेल्या ओठांवर हास्य चमकले. 'आई' ही कविता ऐकताना डोळ्यात उभ्या राहिलेल्या त्यांच्या अश्रूंप्रमाणे या हास्यातही पावित्र्य होते.

दोन : सुंदर चित्र

परिचय :

आपणाला झालेल्या सौंदर्याचा साक्षात्कार रसिकाच्या हृदयाला करून देणे हे कलावंताचे कार्य आहे खरे! पण सौंदर्याचा सत्याशी संबंध नसतो, असे मात्र नाही. सत्य हे अनेकदा कटु असते; परंतु जातिवंत कलावंताला अशा सत्याला सौंदर्याचा साज चढविता येतो. जीवनात कला आहेच आहे, मात्र प्रत्येक कलाकृतीत जीवन असेलच असे नाही. एक चित्रकार आणि एक शेतकरी यांचे एकाच गोष्टीकडे पाहण्याचे दृष्टिकोन का व किती भिन्न असतात हे दाखवून या गोष्टीत जीवन आणि कला यांचे संबंध कसे असावेत हे सूचित केले आहे.

खास अंकासाठी चित्राची मागणी! आणि तीही सर्वांत श्रेष्ठ अशा मासिकाकडून. मग-

ब्रह्मानंद थोडाच निराळा असतो! शेतकऱ्याच्या सुंदर मुलीला स्वतःच्या रूपाची जाणीव नसते असे नाही. पण-पण राजपुत्र मागणी घालायला आला की तिच्या अंतःकरणात आश्चर्याच्या लहरी उसळत नाहीत का? त्या तरुण चित्रकाराची स्थिती अशीच झाली.

त्याच्या मनश्चक्षूंपुढे एक गगनचुंबी मंदिर उभे राहिले. 'या सुंदर मंदिराचा पाया आज आपल्याला भरायचा आहे. असं मोहक चित्र निघालं पाहिजे की-'

सकाळ संध्याकाळ तो समुद्रतीरावर जाऊन बसू लागला, वद्य अष्टमीचा ऐन मध्यरात्रीचा चंद्रोदय त्याने पाहिला, टेकडीवरून दिसणाऱ्या भोवतालच्या यक्षभूमीचेही त्याने निरीक्षण केले; पण त्याचे मन कुठेच रमेना. भूक लागलेल्या तान्ह्या बाळाला ताई, काकी, मावशी यांनी कितीही कुरवाळले तरी त्याची किरकिर कशी थांबणार? त्याला आईनेच पदराखाली-

त्याच्या तृषित कला-दृष्टीला त्याची माता दिसली. शेतातल्या पायवाटेने जात असताना त्याने सहज उजवीकडे पाहिले. पेरे नुकतेच पुरे झाले होते. हिरव्यागार

मळ्याच्या एका मधल्या भागात काही कबुतरे डौलाने बसली होती. लांबून पाहणाराला मधेच कुणीतरी पांढऱ्या शुभ्र फुलांच्या राशी करून ठेवल्याचा भास झाला असता. चित्रकाराची पावले हळूहळू त्या बाजूला वळली. कबुतरे मधूनमधून माना मुरडून इकडे तिकडे पाहत होती, मधूनच चोचींनी काहीतरी टिपीत होती. हिरव्या गालिच्याच्या मध्यभागी चाललेल्या त्यांच्या नाजुक चाळ्यांतील नृत्यकौशल्य पाहून चित्रकार मुग्ध झाला. उंच माडांची पार्श्वभूमी, नुकत्याच रुजलेल्या भाताचा सौम्य हिरवा रंग, पांढरी शुभ्र कबुतरे- किती सुंदर दृश्य! अमेरिकेच्या किनाऱ्यावर पाऊल टाकताना कोलंबसाला किती आनंद झाला असेल याची चित्रकाराला आता कल्पना आली.

आपण कवी नाही म्हणून त्याला वाईट वाटले. किती मनोहर दृश्य होते ते! निरभ्र आकाशात चमचम करणारा तारकापुंज, रमणीच्या पदरावर रुळणारी टपोऱ्या मोत्यांची माळ, किती तरी सुंदर कल्पना त्या भुर्रकन् उडून जातील म्हणून तो थोडासा दूर उभा राहिला.

त्याला वाटले- 'हे दृश्य मला रेखाटता आले तर-किती नाजुक पाखरं! आणि त्यांच्या हालचाली तरी किती गोड! या सुंदर चित्राची मोहिनी-' अपत्यहीन स्त्री गोजिरवाण्या मुलाकडे ज्या उत्कंठित दृष्टीने पाहते, ती या वेळी त्याच्या रसिक नेत्रांत दिसत होती.

'हूः हूः हूः! या कठोर उद्गारांनी त्याच्या कलासमाधीचा भंग झाला. कासटी नेसलेला एक काळा कुळकुळीत मनुष्य दुरूनच त्या कबुतरांना भिववीत चित्रकाराकडे येत होता. तो कर्कश स्वर ऐकून आपल्या समाधीचा भंग करणाऱ्या मनुष्याकडे एखाद्या कोपिष्ट ऋषीने पहावे, त्याप्रमाणे चित्रकार त्या अडाणी मनुष्याकडे पाहू लागला. शेतकऱ्यासारखा दिसणारा तो मनुष्य जवळ येताच चित्रकार रागाने म्हणाला, 'अरे वेड्या-'

'मी येडो? आणि तू मातर शाणो नाय् मोटो?' तो तिरसटपणाने म्हणाला.

'कशी छान बसली होती बिचारी पाखरं!'

'अगदी पोटोकरतांच बसलली नाय् ती?'

'चित्र काढणार होतो ना मी त्यांचं?'

'तुमचां चितार झालला, पण माझी पोराबाळा मरतली होती, त्याचां?'

चित्रकार आश्चर्याने त्याच्याकडे पाहू लागला. कलेला जीवन देणाऱ्या कबुतरांचा आणि या अडाणी मनुष्याच्या पोराबाळांच्या मरणाचा काय संबंध?

'खूळ लागलंय् तुला-' तो उपहासाने शेतकऱ्याला म्हणाला.

'माका नाय्, तुमकांच! इतको येळ मेरेर उभे व्हतास आणि एक पाखरू हांबडूचा झाला नाय् तुमच्या हातान्? कालच पेरलंय् हो कूणगो! बीच जर खाल्लां कबुतरांनी, तर उपाशीच मरतीत ना माझी पोरांटोरां?'

खास अंकात चित्रकाराचे त्याच सुंदर स्थळाचे चित्र प्रसिद्ध झाले. ते सर्वांना आवडलेही. त्यातील कबुतरे मात्र डौलाने शेतात बसली नसून भुर्रकन् आकाशात उडत होती.

तीन : केवड्याचे काटे

✗✗✗✗✗✗✗✗✗✗✗✗✗✗✗✗✗✗✗✗✗✗✗✗✗✗✗✗✗✗✗✗

परिचय :

व्यक्ती आणि समाज यांच्या जीवनात शिस्त हा एक फार मोठा गुण आहे यात शंका नाही. पण सहृदयता हा शिस्तीहूनही मोठा सद्गुण आहे. शिस्तीचे स्तोम माजविता माजविता मनुष्याला नकळत यंत्राचे स्वरूप प्राप्त होते. आयुष्यातला खरा आनंद भावनेच्या ओलाव्यात असतो, हे अशी माणसे विसरून जातात. माणसाच्या मनाला काटे असावेत; पण ते केवड्याचे असू नयेत, गुलाबाचे असावेत.

✗✗✗✗✗✗✗✗✗✗✗✗✗✗✗✗✗✗✗✗✗✗✗✗✗✗✗✗✗✗✗✗

कुठलीही शाळा सुरू होण्यापूर्वी पंधरा-वीस मिनिटे आधी तिचे स्वरूप अगदी निराळे असते! एखादा आंधळा शाळेवरून जाऊ लागला, तर त्याला तिथे बाजार किंवा जत्रा आहे असा भास झाल्याशिवाय राहायचा नाही. बिचारा तिथे थांबून हातसुद्धा पसरायचा पुढे! मात्र त्याच्या हातात पैसा पडण्याऐवजी त्याच्या दुसऱ्या हातातली काठी लांबविली जाण्याचाच संभव अधिक! मनुष्य वानरापासून झालेला आहे, हा सिद्धांत लहान मुले पदोपदी सिद्ध करीत असतात नाही?

मुळगावचे हायस्कूल मात्र या नियमाला अपवाद होते. शाळा सुरू होण्यापूर्वी तुम्ही केव्हाही तिथे गेला असता तर कबुतरे घुमत असल्याइतका आवाज तुम्हांला ऐकू आला असता. इतर शाळांत दिसून येणारी कावळ्यांची कावकाव तिथे कधीच कानावर पडायची नाही! म्हणजे तिथली मुले आपली शेणामेणाचीच होती असे मात्र समजू नका हं! पृथ्वीच्या पाठीवर कुठेही चला, मुले आणि ओढे अवखळपणाने खळखळत नाहीत असे कधी तरी झाले आहे, काय? पण ओढ्याला बांध घालता येतोच की! या मुलांनाही तसलेच बंधन होते! नाहीतर-

हे बंधन म्हणजे नवे हेडमास्तर दिवाकरपंत सहस्रबुद्धे हे होय. मागचे हेडमास्तर उशीरा शाळेत येत आणि लवकर परत जात. `Late to school and early to go, makes the Head-master's wife glad.' हे एका इंग्रजी म्हणीचे निर्यमक विडंबन त्यावेळी साऱ्या शाळेत रूढ झाले होते. पण सहस्त्रबुद्ध्यांची कारकीर्द सुरू झाली मात्र! शिक्षकांना सुद्धा इतिहास उलथा-पालथा झाल्यासारखे वाटले! जणु काही दुसऱ्या बाजीरावाच्या मागून पहिला बाजीरावच- छे, रामदासस्वामीच गादीवर आले! स्वारी शाळा सुरू व्हायच्या आधी जी तासभर हजर व्हायची, ती शाळा सुटून खेळ संपले की मग बिऱ्हाडाकडे वळायची! कुठल्याही वर्गांत कागदाचा चिटोरा पडलेला खपायचा नाही त्यांना. शाळेच्या बागेतल्या गुलाबावरले एखादे फूल कुणी तोडले तर त्याचा सुद्धा पत्ता लागत असे या सद्‌गृहस्थांना! जुन्या काळी झाडावरली पाने मोजण्याची एक विद्या असे म्हणे. तीच आपल्या हेडमास्तरांना अवगत असावी अशी फुलांच्या या हिशोबामुळे मुलांची खात्री होऊन चुकली. शिकवणे अतिशय चांगले! पण धड्यातील विनोदाने सुद्धा वर्गाने अधिक हसता उपयोगी नाही अशी त्यांची शिस्तीची कल्पना होती.

हेडमास्तर पहिल्यांदा आले ते खाणावळीतून डबा मागवूनच जेवू लागले. त्यांच्या कडक शिस्तीचे मूळ कडक ब्रह्मचर्यात आहे असेच अर्थात् मुलांनी ठरविले. पण शाळेच्या शिपायाने लवकरच एक विलक्षण आश्चर्यकारक बातमी त्यांना दिली- सहस्त्रबुद्ध्यांच्या घरी टेबलावर एक फोटो असून त्यात 'साहेब' एक बाईबरोबर बसलेले आहेत! मारुतीला बायका होत्या असे जाधवरावांनी म्हटल्याबरोबर सनातन्यांची जी स्थिती झाली, तीच आपले हेडमास्तर फोटोत एका बाई जवळ घेऊन बसले आहेत या बातमीने त्या बाळगोपाळांची झाली. पण लगेच हेडमास्तरांची बायको कंटाळून त्यांना सोडून गेली असावी असाही अनेकांनी तर्क केला. हो, असल्या लष्करी शिस्तीच्या शिपायाबरोबर संसार करणे म्हणजे जिवावरलीच गोष्ट नाही का? खेळाऐवजी लढाईचेच स्वरूप यायचे संसाराला! यांत्रिक घड्याळ सुद्धा मागे पुढे जाते, क्वचित बंद पडते, निदान ते जलद अगर मंद करण्याची कळ असते! पण सहस्त्रबुद्धे हे पंचवीस तीस वर्षांपूर्वी चांगली सत्तर ऐंशी वर्षांची किल्ली दिलेले. 'अलार्म क्लॉक' आहे याविषयी मुलांना बिलवुल शंका नव्हती! बायका 'रिस्टवॉच' बरोबर आनंदाने संसार करतील! पण 'अलार्म क्लॉक' बरोबर? छे:! अर्थात सहस्त्रबुद्ध्यांची पत्नी त्यांच्याबरोबर नांदायला तयार नाही, असाच निष्कर्ष राष्ट्राच्या त्या भावी आधारस्तंभांनी काढला!

बिचाऱ्यांचा हाही तर्क चुकला! एके दिवशी शाळेच्या शिपायाने वहिनीसाहेब येऊन घरात दाखल झाल्याची बातमी आणली. मुलांना आणि सहस्त्रबुद्ध्यांशी बेताबातानेच वागणाऱ्या सर्व मास्तरांना वाटले- आता पाहू या स्वारीची शिस्त किती दिवस टिकते ती! सकाळी स्वयंपाकाला उशीर होईल, संध्याकाळी 'मला करमत नाही, लवकर येत चला घरी' म्हणून बायको तक्रार करील. एखाद्या दिवशी

ती आजारीही पडेल; निदान ती शाळेतली गुलाबाची फुले तरी माळायला मागेलच की नाही? स्निग्धतेने इतर यंत्रे चांगली चालू लागतात. पण मनुष्याचे यंत्र त्यामुळेच नादुरुस्त होते. अँटनी-क्लिओपाट्राच्या चरित्रावर शेक्सपीअरने उगीच नाही नाटक लिहिले!

पण हेडमास्तरांच्या जवळजवळ तीनशे टीकाकारांचा हाही अंदाज चुकला. बायको आल्यानंतर सुद्धा त्यांच्या कार्यक्रमात, येण्याजाण्यात, शिस्तीत, करड्या नजरेत, कशातही एवढे सुद्धा अंतर पडले नाही. दगडी पुतळ्यावर पाण्याचा काय परिणाम होणार, असेच जो तो मनातल्या मनात म्हणाला.

गणिताचे व इतर विषयांचे काही मास्तर वर्गात हळूच वर्तमानपत्रे सुद्धा वाचीत! पण एकदा आपला तास सुरू झाला की, सहस्त्रबुद्धे बाहेरचे सर्व जग दूर ठेवीत. कुणी भेटायला आला तर त्याने ऑफिसरूममध्ये बसावे, शिपायाने टपाल आणले की ते आणले आहे एवढे दाखविण्याकरिता वर्गाच्या दरवाज्यापाशी येऊन उभे रहावे. पण वर्ग थांबवून दिवाकरपंतांनी कधी टपाल चाळले असे घडलेच नाही. मुले मनांत म्हणत, 'असल्या खाष्ट मनुष्याला पत्र पाठवायला तरी कुणाचे दोन पैसे वर आले आहेत?'

एकदा तास सुरू असताना तार आली. सहस्त्रबुद्ध्यांनी ती सही करून घेतली, शांतपणे टेबलावर ठेवली आणि आपला धडा पुढे सुरू केला. 'तार आली' कल्पनेने माणसे किती गडबडतात हे मुलांनी पाहिले नव्हते असे नाही. त्यामुळे हेडमास्तरांच्या या शांत वृत्तीचे आश्चर्य न वाटता भीतिच वाटली त्यांना! त्या दिवशी संध्याकाळी घरी जाता जाता एक मुलगा म्हणाला, 'शाळेखाली धरणीकंप झाला तरी ही स्वारी काही सुरू असलेला धडा थांबवयाची नाही!' दुसऱ्याने मल्लिनाथी केली, 'यंत्रयुग आहे हे बाबा! यात माणसंसुद्धा यंत्रासारखीच व्हायची!'

चार-पाच महिन्यांनी हेडमास्तरांच्या घरी खाणावळीतून पुन्हा डबा जाऊ लागला. वहिनीसाहेब गावी गेल्याचा पुरावाच होता तो! सर्वांना वाटले झाले ते ठीक झाले. या भावना नसलेल्या भुताबरोबर रहायला कोण तयार होईल?

दिवसामागून दिवस जात होते. धड्यामागून धडे संपत होते. पण हेडमास्तरांच्या काटेकोर शिस्तीत रेसभरही फरक कुणाला दिसला नाही. मात्र अलीकडे आपल्या खोलीतल्या आरामखुर्चीत हेडमास्तर वरच्या तक्तपोशीकडे पाहत अनेकदा स्वस्थ बसतात, अशी बातमी एका बटूने आणली. पण तिच्यावर कुणाचाच विश्वास बसला नाही; कारण त्याच दिवशी Passing of Arthur शिकविताना,

`The old order changeth, yielding place to new
And God fulfils Himself in many ways,
Lest one good custom should corrupt the world.'

या ओळींतील तत्त्वज्ञानाबद्दल टेनिसनची सहस्रबुद्ध्यांनी चांगलीच हजिरी घेतली होती!

`Passing of Arthur' नंतर `Lord Ullin's Daughter' ही कविता सुरू झाली. सहस्रबुद्ध्यांच्या शिकविण्यात विलक्षण गोडी होती. मुले हा हा म्हणता ह्या प्रेमगीतात रंगून गेली. प्रियकराबरोबर पळून जाणारी त्या कवितेतील नायिका, 'बाबांना तोंड देण्यापेक्षा वादळाला तोंड दिलेलं पुरवलं' असे जेव्हा म्हणते, तेव्हा मुलांना तिच्या बापाचा अगदी तिटकारा आला. शेवटी ते प्रेमी जोडपे बसलेली होडी पाण्यात उलटते आणि तीरावर उभा असलेला तो दुर्दैवी बाप ओरडतो, 'परत ये. बाळ, परत ये! तुम्हां दोघांना क्षमा केली आहे मी!'

`Come back! Come back!' he cried in grief
Across the stormy water;
`And I will forgive your highland chief
My daughter, Oh my daughter!'

याचवेळी शाळेचा शिपाई टपाल घेऊन वर्गाच्या दारात आला. नेहमीचा प्रघात म्हणजे सहस्रबुद्ध्यांनी नुसते त्याच्याकडे पहायचे आणि शिपायाने टपाल घेऊन ऑफिसकडे जायचे! पण आज काय झाले कुणाला ठाऊक! सहस्रबुद्धे त्या शिपायाकडे पाहतच राहिले. पुढे काय होणार आहे तेच मुलांना कळेना. त्यांच्या ह्दयांत `Daughter, Oh my daughter!' हे शब्द घुमत होते. अवघे एक पद्य शिकवायचे राहिले होते. तासही संपणार होता पाच मिनिटांनी!

सहस्रबुद्ध्यांनी टपाल आत मागविले, ते चाळूनही पाहिले. त्यातून एक पाकीट उचलून ते ते फाडणार, इतक्यात शाळेवरून जाणाऱ्या एका मोटारीचा कर्णा जेवढ्या मोठ्याने वाजला तेवढाच कर्णकर्कश आवाज त्यांच्या मनातल्या शिस्तीच्या कल्पनेनेही केला. जणु काही एखाद्या जिवाणूचा स्पर्श व्हावा, तसा त्यांनी आपला उजवा हात झटकन मागे घेतला. पत्र टेबलावर तसेच राहिले. त्यांनी मान वर करून पाहिले. एक मुलगा जागेवरून उठून खिडकीतून बाहेरच्या मोटारीकडे पहात होता! सहस्रबुद्ध्यांना असा राग आला त्याचा!

'कोण रे तो?' टेबलाकडून गर्जना आली.

त्या मुलाने मान वळविली. नाडकर्णी! वर्गातला हुषार आणि समजुतदार मुलगा! त्याने खुशाल जागा सोडून खिडकीकडे जावे?

'काय रे पाहत होतास?'

'काही नाही, सर-'

'मोटार बघितली नव्हती वाटतं जन्मात? `Stand up on the bench.'

नाडकर्ण्याचा चेहरा गोरामोरा झाला. त्याचे डोळे काकुळतीने हेडमास्तरांच्याकडे वळले. पण त्यांच्या कोशात शिस्त याचा अर्थ शिस्त हाच होता. नाडकर्णी रागाने व लाजेने तांबडालाल झाला. तो चडफडतच बाकावर चढला! सहस्रबुद्धे उपहासाने म्हणाले, 'शिस्तीचं स्वागत करण्याकरिता तुमच्या वर्गात हा ध्वज उभारला आहे!' त्यांचे ते शब्द विंचवाच्या नांगीप्रमाणे नाडकर्ण्याच्या मनाला झोंबले. त्याच्या डोळ्यांत पाणी तरंगू लागले.

सहस्रबुद्धे पुढे शिकवायला सुरवात करणार होते. पण त्यांनी मघाशी दूर लोटून दिलेले पत्र पुन: पुन्हा त्यांना मोह घालीत होते. त्याच्यावरील अक्षर त्यांच्या पत्नीचेच होते. त्यांना वाटले, आपल्याला मुलगा झाल्याची बातमीही कदाचित् या पत्रात असेल. त्यांनी पुन्हा ते उचलले, कापऱ्या हाताने फोडले आणि ते पहिल्या ओळी वाचणार इतक्यात बाहेर मघापेक्षाही जोराने दुसरी मोटार ओरडली. त्याबरोबर त्यांचे शिस्तप्रिय मनही किंचाळले हॅम्लेटच्या बापाने भुताच्या रूपाने येऊन हॅम्लेटला सावध केले, तसा तो आपल्या अंतर्मनाचा आक्रोश त्यांना वाटला. पत्र तसेच टेबलावर टाकून त्यांनी समोर पाहिले. नाडकर्णी बाकावरून उभ्या उभ्या मान वळवून खिडकीच्या वरच्या भागातून रस्त्याकडे पाहण्याचा प्रयत्न करीत होता!

आता मात्र सहस्रबुद्ध्यांचे माथे भडकले.

'काय नाडकर्णी, बाकावरच शीर्षासनाची शिक्षा हवी काय?' त्यांनी कठोरपणाने प्रश्न केला. नाडकर्णीने मान खाली घातली. पण तेवढ्याने सहस्रबुद्ध्यांचे समाधान होण्यासारखे नव्हते. त्यांनी एकदम हुकूम फर्माविला. Get out of the class! चल वर्गाबाहेर जाऊन उभा रहा!' शाळेतल्या सहा वर्षांत नाडकर्ण्यावर हा प्रसंग कधी आला नव्हता. त्याला अगदी मरणप्राय दु:ख झाले. तो बाहेर जाऊन उभा राहिला. तासाची घंटा झाली. सहस्रबुद्धेही वर्गाबाहेर पडले. जाता जाता, नाडकर्ण्याकडे तिरस्काराने पहायला मात्र ते विसरले नाहीत.

'एकदा वाटत होतं की, हे पत्र लिहूच नये आपल्याला. पण मी अगदी मरणाच्या दारात उभी आहे. बाळंतपण म्हणजे बायकांचा पुनर्जन्म असतो ना? का कुणास ठाऊक! आज सकाळपासून मी काही फार दिवस या जगात काढत नाही असं मला वाटायला लागलं आहे. कितीदा मनात आलं की, आपणाला तार करून बोलवावं. आपण नुसते दृष्टीसमोर असता तरी या अशुभ विचारांनी माझ्या मनात इतकं थैमान घातलं नसतं. पण तेवढं कुठं आहे माझं भाग्य?'

'कधी बोलले नाही असं आज बोलत आहे, म्हणुन रागावू नये हं! तुम्हाला वाटेल, मरणाच्या भयानं वेडी झाली आहे मी! मृत्यू मनुष्याला वेडं करीत नाही; उलट शहाणं करतो.'

'डॉक्टरांनी मला तपासून 'अगदी सुखरूप सुटका होईल तुमची. बायका फार भित्र्या असतात बुवा!' असे उद्गार मघाशी काढले. 'पुरुषांवर हे प्रसंग आले असते म्हणजे त्यांचा धीटपणा कसाला लागला असता,' असे मीही हसत हसत उत्तर दिले. त्यामुळे हशाची जी लाट उसळली, तिच्यात माझी भीती कुठल्या कुठं नाहीशी झाली. पण पुढं दादांच्या खोलीत जाऊन डॉक्टर जे काही बोलले-बायकांना कळू नये अशी इच्छा असली तर फ्रेंचमधेच बोलायला शिकलं पाहिजे आता पुरुषांनी! डॉक्टरांच्या आणि दादांच्या बोलण्यातनं मला एवढं पक्कं कळलं की, माझी आपली भेट होईल की नाही ते देवालाच ठाऊक!

'इतकं असूनही तार करण्याचा धीर झाला नाही मला. मनात आलं, तार आल्यामुळं आपण निघून याल आणि मी इथं चांगली धडधाकट आहे असं पाहून माझ्यावर रागावाल, माझं मन काही मला उघड करून दाखविता यायचं नाही आणि शाळेच्या कामात व्यत्यय आला म्हणून तुम्ही मात्र चिडून जाल. इकडच्या प्रेमाचा मला किती किती अभिमान वाटतो म्हणून सांगू! माधुकरी मागून, लोकांची उणीदुणी सोसून, पहिल्या वर्गात एम्. ए. झालेल्या आणि एवढी विद्या मिळवून तिचं दान करता यावं म्हणून मोठ्या पगाराची सरकारी नोकरी लाथाडून खाजगी शाळेत काम करणाऱ्या पराक्रमी पुरुषाची मी पत्नी आहे, याचा मला अहोरात्र अभिमान वाटतो. पण लिहूच का? मनाचा धीर करून लिहितेच! आपलं प्रेम गुलाबासारखं नाही. केवड्यासारखं आहे. कुठूनही त्याला स्पर्श करण्याचा प्रयत्न केला तरी त्याचा काटा टोचल्याशिवाय राहात नाही!

'रागावू नये हं! मागच्याच दिवाळीची गोष्ट. मी सकाळच्या वेळी चांगल्या करंज्या, चकल्या, चिवडा फराळाला दिला. 'माझी ही दशमी खाण्याची वेळ आहे. असलं तेलकट नाही खाणार मी यावेळी!' असं उत्तर देऊन आपण पाटावरून उठून गेला. त्याची आठवण झाली की, अजून कसं गुदमरून जातं माझं मन! तसंच, कुठंशी जेवायला गेले असताना माझं चांदीचं फुलपात्र चोरीला गेलं दोन वर्षांपूर्वी! मोलकरणीचं धुण्याचं काम बंद करून ते काम मी करावं, आणि त्या पैशानं नवं फुलपात्र विकत घ्यावं असं सुचविलं तुम्ही! त्यावेळी मला काय वाटलं म्हणून सांगू! स्वत:च्या रिस्टवॉचकरिता ठेवलेले पैसे तुम्ही माझ्या आवडीचं पातळ घेऊन देण्यात खर्च केल्याची आठवण नसती, तर त्या क्षणी घरातून पाणीसुद्धा न पिता

मी बाहेर पडले असते!

'अशा किती किती गोष्टी सांगता येतील. त्यामुळं तुम्ही माझे आहात ही खात्री असूनही तुम्हाला तार करायचा मनाला धीर होत नाही. आयुष्यात शिस्त हवी हे तुमचं म्हणणं मलाही पटतं. पण शिस्त म्हणजे कठोरपणा नव्हे! मनुष्य हे काही यंत्र नाही.'

'माणसांना नेहमी तहान असते ती प्रेमाची-थंडगार निर्मळ पाण्याची! ती भागविल्यावर चिराइताचा काढा त्यांना खुशाल पाजावा. पण आधीच तो दिला तर-

'इतकं लिहायचा धीर मला कसा झाला, इतकं मला सुचलं तरी कसं, याचं राहून राहून मलाच आश्चर्य वाटतय् हे मी का लिहिलं सांगू? माझी जागा घेणारी जी कुणी भाग्यवंत येइल तिला हे काटे बोचू नयेत म्हणून-'

पत्राखाली सहीच नव्हती! पण अक्षर आपल्या पत्नीचेच आहे ही दिवाकरपंतांची खात्री होती. त्यांनी पाकिटावरील पत्त्याकडे पाहिलं. तिचेच अक्षर होते ते ! 'ल' काढण्याची तिची ती विशिष्ट लकब.'

पत्र टेबलावर टाकून दिवाकरपंतांनी डोळे मिटले. त्या क्षणिक अंधारात किती विलक्षण चित्र दिसले त्यांना! अरण्यात आपली पत्नी 'पाणी, पाणी' म्हणून ओरडत आहे! आपल्यापाशी असलेल्या तांब्यातील एक घोट आपण तिच्या तोंडात घातला मात्र! वेडेवाकडे तोंड करून ती किंचाळली, 'कडू कडू जहर आहे हे पाणी!' चित्रपटातल्याप्रमाणे त्यांच्या पत्नीची आकृती हळुहळु अंधुक होत गेली! तिच्या जागी नाडकर्णी दिसू लागला. तोही ओरडत होता- 'पाणी! पाणी!'

दिवाकरपंतांनी डोळे उघडले. त्यांना ते पुसावेही लागले. ते तडक वर्गाकडे गेले. नाडकर्णी बाहेर उभा होताच. त्याला मृदू स्वराने ते म्हणाले, 'आत जाऊन बैस तू!'

नाडकर्णी चकित झाला. पण खरे आश्चर्य पुढेच होते. दिवाकरपंत त्याला म्हणाले, 'क्षमा कर मला! मघाशी चूक झाली माझ्या हातनं!'

वर्गात अपमान झाल्यामुळे नाडकर्ण्याच्या डोळ्यात जेवढे अश्रू उभे राहिले नव्हते, तेवढे आता राहिले. तो सद्गदित स्वराने म्हणाला, 'माझीही चूक होती सर! मी मोटार पाहायला खिडकीकडं गेलो हे-'

'का गेला होतास तू?'

'मिरजेहून आई येणार होती आज माझी!'

का कुणाला ठाऊक, दिवाकरपंतांच्या कानात, Daughter oh my Daughter?' हे कवितेतले उद्गार घुमू लागले. माणसांना तहान असते ती प्रेमाची, हे पत्नीच्या पत्रातले उद्गार त्यांच्या डोळ्यापुढे नाचू लागले. नाडकर्णी कंपित स्वराने

पुढे म्हणाला, 'सहा महिने तिथल्या हॉस्पिटलात होती ती!'

दिवाकरपंतांनी परत ऑफिसरूममध्ये येऊन पत्नीचे पत्र वाचायला पुन्हा सुरुवात केली. त्यांचे मन विलक्षण व्याकुळ झाले. त्यांना वाटले – अगदी स्पेशल मोटार करून गेले तरी पत्नीची दृष्टीभेट होईल की नाही कुणाला ठाऊक!

त्यांनी सहज पत्राचे पाकिट हातात घेतले. आत काही तरी आहे असे त्यांना वाटले. त्यांनी निरखून पाहिले. एक लहान चिठ्ठी. तिच्या वडिलांची होती ती! तिच्यात एवढाच मजकूर होता- 'ताईची सुटका झाली. फार त्रास झाला. कन्यारत्न झालं आहे. तिनं नुक्तंच आधी लिहून ठेवलेलं पत्र सोबत धाडीत आहे!'

शाळा सुटायच्या आधीच दिवाकरपंत घरी निघालेले पाहून त्यांच्या हाताखालच्या शिक्षकांनी प्रश्न केला, 'प्रकृती बरी नाही वाटतं?'

'छे:! उगीच चाललोय मी!'

नाडकर्ण्याने खिडकीतून बाहेर पाहताना, 'उगीच पाहत होतो.' असे उत्तर का दिले हे आता दिवाकरपंतांना कळले. प्रेम फार लाजरे असते हेच खरे!-

दिवाकरपंत निघून गेल्यानंतर शिक्षक व विद्यार्थी यांनी त्यांच्या जाण्यावर आपापसात किती चर्चा केली ते त्यांचे त्यांनाच ठाऊक! पण त्यांचे सर्व तर्क व्यर्थ होते. घरी टेबलावरच्या बायकोच्या फोटोकडे पाहात, 'बारशाला मी येणार आहे हं! तुझ्या बारशाला जेवलोय मी, असं पुढं पोरटीला सांगायला तरी मिळेल ऐटीनं!' अशा अर्थाचे पत्र लिहीत ते बसले असतील याची कुणाला कल्पना येणे शक्य नव्हते.

आणि दुसरे दिवशीपासून दिवाकरपंतांच्या शिस्तीत जो बदल दिसून येऊ लागला त्याचा उगम कुठे आहे हे तर कुणालाच कळेना! 'साधा दगड नाही. चंद्रकांत आहे हा! केव्हा तरी द्रवू लागायचाच!' अशी शाळेतल्या समारंभाकरिता पदे करणाऱ्या मास्तर-कवींनी या क्रांतीवर मल्लिनाथी केली. इतकेच नव्हे, तर दिवाकरपंतांनी जरी आपल्या मुलीचे नाव विद्युल्लता ठेवले तरी शाळेत तिचे चंद्रिका हेच नाव रूढ झाले.

चार : दोन पतंग

✿✿✿✿✿✿✿✿✿✿✿✿✿✿✿✿✿✿✿✿✿✿✿✿✿✿✿✿✿✿✿✿

परिचय :

ध्येयवादी आणि सुखवादी यांच्या मनोवृत्तींतील विरोध चित्रित करणारी ही रूपक कथा आहे. दोरीच्या आधाराने आकाशात नाचत राहणारा पतंग आणि ज्योतीच्या उज्ज्वलतेने मोहून जाऊन स्वत:ला जाळून घेणारा पतंग-दोन्ही पतंगच! पण दोघांच्या जीवनविषयक तत्त्वज्ञानात केवढे अंतर आहे! बायबलापासून इसापनीतीपर्यंत आणि उपनिषदांपासून पंचतंत्र-हितोपदेशापर्यंत साहित्यातही रूपककथांचेच राज्य पसरले आहे. आधुनिक काळात खलिल जिब्रान आणि रवींद्रनाथ टागोर यांच्यासारख्या प्रतिभासंपन्न लेखकांनीही असले विपुल लेखन केले आहे.

✿✿✿✿✿✿✿✿✿✿✿✿✿✿✿✿✿✿✿✿✿✿✿✿✿✿✿✿✿✿✿✿

एक पतंग खुंटीवर फडफडत होता. दुसरा दिव्याभोवती घिरट्या घालीत होता. वरून आवाज आला... 'पतंग!' अग्नीला प्रदक्षिणा घालणाऱ्या ऋत्विजाप्रमाणे दीपज्योतीभोवती प्रदक्षिणा घालणारा छोटा पतंग ती हाक ऐकताच एकदम थांबला. त्याने वर मान करून पाहिले.

खुंटीवरला पतंग म्हणाला, 'बाळ पतंग, असा वेड्यासारखा झेप घालू नकोस त्या दिव्यावर!'

चिमुकल्या पतंगाने हसून विचारले, 'वेडा कोण! तू का मी?'

मोठा पतंग फडफडत म्हणाला, 'मी पतंग नि तूही पतंग. आपण दोघे एकाच कुळातले. म्हणून तुझ्यासाठी एवढा तडफडतोय माझा जीव! वेड्या, तो दिवा-आग - आग आहे ती!'

'ही ज्योत किती सुंदर आहे! प्रत्येकाच्या हृदयातली ज्योत अशीच असेल का?' चिमणा पतंग उद्गारला.

'मूर्ख आहेस तू!' खुंटीवरले पतंगदादा म्हणाले. 'वाऱ्यावर गंमतीनं पोहत राहण्याकरिताच पतंगाचा जन्म आहे बरं! मी किती उंच उडतो, हे तू पाहिलं आहेस का कधी? माडांचे शेंडे, देवळांचे कळस, सारे सारे ठेंगणे दिसू लागतात माझ्यापुढं.

आणखी काही दिवसांनी अस्मानसुद्धा ठेंगणं होईल मला!'

छोट्या पतंगाचे मन द्विधा झाले. मोठा पतंग आज ना उद्या गगनाला हात लावील, सूर्याच्या अगदी जवळ जाईल आणि आपण? आपण जमिनीवरल्या एका साध्या ज्योतीभोवती-! कुठे साऱ्या जगाला प्रकाशित करणारा सूर्य आणि कुठे स्वत:खालचा अंधार सुद्धा नाहीसा न करणारी दीपज्योती! धाकटा पतंग आदराने थोरल्या पतंगाकडे पाहू लागला.

वाऱ्याच्या तालावर दीपज्योती नाचू लागली. स्वच्छ आकाशात वीज चमकत आहे असा छोट्या पतंगाला भास झाला. दीपज्योतीबरोबर त्याचे हृदय खालीवर होऊ लागले. तिचा प्रत्येक अंगविक्षेप आपल्या हृदयसंगीतातली मधुर लकेरच आहे, अशी कल्पना त्याच्या मनात चमकून गेली. त्याने वर पाहिले. पतंगदादा फडफडत त्याची निर्भर्त्सना करीत होता. त्याने समोर पाहिले. दीपज्योती मधून मधून त्याला आपल्याकडे येण्याविषयी खुणावीत होती. छोट्या पतंगाने विचारले, 'पतंगदादा, तू किती उंच उडतोस ते मला दाखवितोस का आता?'

'आत्ता?' खुंटीवरून अस्पष्ट शब्द आला.

'हो आत्ता. वारा कसा छान सुटला आहे बघ!'

'पण-पण-'

'पण काय?'

'माझी दोरी हातात धरायला कुणी नाही ना इथं?'

'दोरी?' चिमुकल्या पतंगाने तिरस्काराने वर पाहात म्हटले, 'दुसरा दोरी हातात धरणार तेव्हा तू उडणार! तुझी दोरी तुलाच लखलाभ होवो! दुसऱ्यांच्या हातातलं खेळणं होऊन नाचत राहण्यापेक्षा-'

सोसाट्याच्या वाऱ्याबरोबर दीपज्योतीच्या हृदयात पतंग व वाऱ्याच्या हृदयांत ज्योती अदृश्य झाली. त्या अंधारात खुंटीवरची फडफड तेवढी ऐकू येत होती!

पाच : स्काउटचा पोषाख

परिचय :

लहान मुलांची मने अत्यंत संस्कारक्षम असतात. या कथेतील बालनायक मराठी शाळेत जाणारा एक लहान मुलगा आहे! पण देशाभिमानाची उज्ज्वल ज्योती त्याच्या चिमण्या अंत:करणातही किती तीव्रतेने प्रकाशित होते!

शेवंतीच्या नावाचे पत्र टपालात पाहताच - आणि तेही इंग्रजी पत्ता वर असलेले - बॅरिस्टर आपटे आश्चर्याने थक्क होऊन गेले. आपल्या देशात सुधारणा झपाट्याने होत आहे हे घरी बसून त्यांना दिसत होतेच. म्हणतात ना? जसा बायकोचा वेष तसा सारा देश! पंचा नेसणारे एक सोडून छप्पन गांधी हिंदुस्थानात निर्माण झाले तरी पुढल्या पिढीत तरुण सुटाबुटांत व तरुणी टोपीझग्यांत वावरणार अशी त्यांची खात्री होऊन चुकली होती! पण चालू पिढीत मोलकरणीच्या नावाने येणारे इंग्रजी पत्र! मोटार विमानाच्या वेगाने जाऊ लागल्याचा भास त्यांना झाला.

'अहो,' त्यांनी पत्नीला हाक मारली. पण त्यांच्या 'अहो' या वेळी केशभूषेत निमग्न होत्या. नाटक हे संसाराचे चित्र आहे, ही म्हण बॅरिस्टरीणबाईंच्या केशभूषेवरूनच निघाली असावी. चार-पाच तास चालणाऱ्या नाटकासाठी पात्रे दोन तास आधी रंगून बसतात. मग दुपारच्या जेवणापासून संध्याकाळच्या फिरण्यापर्यंतच्या सहा तासांच्या कार्यक्रमाकरिता मालिनीबाई दोन तीन तास वेणीफणी करीत यात नवल ते कसले?

पत्नीच्या केशरचनासमाधीचा भंग करण्यापेक्षा आपणच तिकडे गेलेले बरे असा विचार करून बॅरिस्टरसाहेबांनी अंत:पुरत त्या पत्रासह प्रवेश केला. क्षणभर त्यांची स्थिती वसंतसेनेच्या मंदिरात शिरणाऱ्या मैत्रेयाप्रमाणे झाली. दोन्ही बाजूंना सूर्यकिरणांचे कवडसे पाडणारे आरसे विजेच्या दिव्याप्रमाणे चमचम चमकत होते. एका बाजूला पावडर, स्नो अँड को., तर दुसऱ्या बाजूला दागिने ब्रदर्स! उजव्या बजूला अस्मानी, गुलाबी, वगैरे जगातल्या सर्व रंगांची जरीकाठी पातळे, तर डाव्या

बाजूला फॅन्सी रंगांची पोलकी, ब्लाऊज आणि जंपरं! झोपेतून उठल्याबरोबर बॅरिस्टरसाहेब जर तिथे आले असते तर आपण एखाद्या बड्या परदेशी कापडाच्या दुकानात शिरलो आहोत असाच त्यांना भास झाला असता! एखादे काव्यपुस्तक वाचता वाचता ते या रंगमहालात प्राप्त झाले असते, तर त्यांना नंदनवनाची आठवण झाल्यावाचून राहिली नसती!

कुठल्यातरी नाटकात अगर गोष्टीत वाचल्याप्रमाणे हळूच मागून जाऊन पत्नीचे डोळे झाकावे, अशी मधुर कल्पना त्यांच्या मनात येऊन गेली. पण तसे करताना बायकोच्या गालाचा रंग बिघडला तर? मग गालांचाच काय, साऱ्याच रंगाचा भंग व्हायचा! मालिनीबाई बॅरिस्टरांच्या देवता होत्या खऱ्या. पण देवतांत कालीमातेचीही गणना होते! शिवाय फिर्यादी होऊन वर न्यायाधीश होण्याची युक्तीही बॅरिस्टरीणबाईंना चांगली साधली होती.

अर्थात् डोळे झाकण्याचे नाटक कितीही चांगले असले तरी आपणाला ते साधणार नाही हे पतिराज ओळखून होते. ते हसत हसत म्हणाले, 'लोक देशासाठी तुरुंगात जाताहेत बाहेर अन् तुम्ही-

'मी सुद्धा तुरुंगातच नाही का?'

आता पुरुषांनी बायकांवर लादलेल्या गुलामगिरीवरले एक वरेरकरी व्याख्यान ऐकावे लागणार अशी भीती बॅरिस्टरांच्या मनात उत्पन्न झाली. ते काहीच बोलत नाहीत हे पाहून मालिनीबाई म्हणाल्या, 'हा तुरुंगच आहे माझा.'

'अ वर्ग दिसतोय् पण हा तुरुंगातला.'

'चांगली सक्तमजुरी करावी लागते की!'

बॅरिस्टरांची मती कुंठित झाली. त्यांनी प्रश्नार्थक मुद्रेने पत्नीकडे पाहिले.

'चांगला मनासारखा अंबाडा बांधायचा तर तब्बल तास लागतो एक! हा पेड सोड, तो पेड धर-'

'खरंच, मनासारखा भांग काढायचा म्हणजे समुद्रात रस्ताच तयार करायचा! कुठल्याही पी. डब्ल्यू डी.ला जमायचं नाही ते!'

'हो, खोटं की काय?' मान वेळावीत आपटीणबाई उद्गारल्या.

बॅरिस्टरांच्या डोळ्यांपुढून झर्रकन पुढील जोड्या गेल्या - पातळ नेसणे व चक्की पिसणे; कुंकू लावणे व कुदळीने खणणे; चंद्रहार व बेडी-

इतक्यात पत्नीने विचारले, 'कुणाचं पत्र आहे?'

'शेवंतीचं! इंग्रजी पत्ता आहे वर!'

आपण साधे खादीचे पातळ नेसणे आणि शेवंतीला इंग्रजी पत्त्याचे पत्र येणे या दोन्ही गोष्टी मालिनीबाईंच्या दृष्टीने अशक्य कोटीतील होत्या. आज चार वर्षे होती शेवंती त्यांच्याकडे. कोकणातले शिरोडे तिचे मूळ गाव. पण नवरा गेल्यावर

पोटासाठी ती जी मुंबईला आली, ती एकुलत्या एक मुलाला पाहण्यासाठी सुद्धा कधी कोकणात गेली नाही. दर पंधरवड्याने आदितवारी परळला ती एका ओळखीच्या माणासाकडे जाई व बापाची आणि मुलाची खुशाली घेऊन येई. 'बाबू सुक्षेम आहे,' 'बाबू पहिलीत पहिल्या नंबरला पास झाला,' 'बाबू तुझी आठवण फार काढतो,' 'बाबूचा गळा फार गोड आहे,' असले एखादे बापाचे वाक्य आठवीत ती पुढचा पंधरवडा काढी. पूर्वी गंधर्वाचे नाटक पाहून आल्यावर त्याचे सूर जसे आपल्या कानांत घुमत असत आणि पुढे आठ-पंधरा दिवस वेळी अवेळी ते गाणे आपण जसे म्हणत असू, तशी शेवंती ही गद्यवाक्ये घोळविते असे मालिनीबाईंना नेहमी वाटे. माया अशीच वेडी असते. पण एरवी शेवंतीत नाव ठेवण्यासारखे काही म्हटल्या काही नव्हते. तिने कधी कुणाकडे वाकडा डोळा करून पाहिलं सुद्धा नव्हते. पंचवीस वर्षांच्या अशिक्षित विधवेचे हे विरक्त आयुष्य पाहून प्रणयप्रधान कादंबऱ्यांना चटावलेल्या आपटीणबाईंना मोठा अचंबा वाटे. आज त्या रहस्याचा उलगडा होणार म्हणून त्यांना आनंद झाला. इंग्रजी पत्ता वर लिहिणारा मनुष्य आणि शेवंती- काहीतरी पाणी मुरतंय खास!

त्यांनी उत्सुकतेने प्रश्न केला, 'छाप कुठला आहे पत्रावर?'

'शिरोड्याचा!'

'चार वर्षांपूर्वीची भानगड दिसतेय काही तरी!'

इतक्यात बाईंना युक्ती सुचली. त्यांनी मोठ्याने हाक मारली, 'शेवंती, अग शेवंती-'

'ओ, आले हं बाईसाहेब.' शब्दांच्या मागोमाग एक काळी-सावळी पण हसतमुख मराठ्याची बाई आत आली.

'हे पत्र आलंय बघ तुझं.'

शेवंतीची मुद्रा कावरीबावरी झाली. बाईसाहेबांना वाटले - सापडला चोर!

'काय आहे पत्रात?' शेवंतीने भीत भीत प्रश्न केला. मनातल्या मनात ती शिरोड्याच्या माऊलीला नवस बोलून सुद्धा चुकली होती.

'पत्र फोडल्यावाचून कसं ग कळणार ते?' तिच्या अडाणीपणाची कीव करीत बाईसाहेब म्हणाल्या.

'फोडा की मग!'

शेवंती अगदी गडबडून जाऊन पत्र मागून घेईल अशी मालिनीबाईंची कल्पना हाती. पण आरोपीच्या पिंजऱ्यात शांत राहणाऱ्या टिळक-गांधींप्रमाणे तिची वृत्ती पाहून बाईंचे आश्चर्य त्यांच्या टपोऱ्या डोळ्यांत मावेनासे झाले.

बॅरिस्टर पत्र फोडून अशुद्धे शुद्ध करीत वाचू लागले-

'आई ग,

मी तिसरीत आहे. नंबर पहिला आहे माझा. इंग्रजी शाळेत किनई काऊट आहेत. कसा छान छान पोशाख आहे त्यांचा. तसा पोषाख हवाय् मला. आई, तू इकडं ये, तसले कपडे घेऊन लवकर लवकर ये हं. पत्ता इंग्रजी शाळेतल्या पाचवीतल्या मुलानं लिहिला आहे. परळचा नाही. दुसरा. इंग्रजी पत्त्याचं पत्र लवकर पोचतं. होय ना?

तुझा बाबू

एखाद्या बहुमोल दागिन्याप्रमाणे ते पत्र पदराखाली जपून घेऊन शेवंती निघून गेली. रहस्याकरिता उत्सुक झालेल्या मालिनीबाईंनी निराश होऊन आरशाकडे पाहिले.

बॅरिस्टर म्हणाले, 'आईचंही पत्र आलंय आज!'

'काय म्हणतात?'

'सूनबाईला पालीला पाठव एकदा. कुलदैवताचा कोप आहे म्हणून मूल होत नाही.'

'शिरोड्याजवळच आहे नाही पाली?'

'हो, शेवंतीला घेऊन जातेस तर बघ.'

'बिचारी चार वर्षांत भेटली नाही मुलाला. देव पावला म्हणेल!'

'आईला वाटतं तुलाही तो पावेल!'

'मला? आणि आपणाला नाही वाटतं?'

'तू नि मी काय दोन आहोत?'

पतिराज निघून गेले तरी मालिनीबाईंनी केशभूषेला सुरुवात केली नाही. गुडघ्यावर उजव्या हाताचा तळवा आणि त्यावर डोके ठेवून कितीतरी वेळ त्या विचार करीत होत्या. मुलाचा प्रश्न निघाला की त्यांचे मन असेच व्याकुळ होई.

केबिनमधील बॅरिस्टरीणबाईंना शेवंतीचा उपयोग व्हावा म्हणून बॅरिस्टरांनी तिला बोटीच्या वरच्या वर्गात बसविले होते, बायकोने आणखी एक गडी बरोबर न्यावा असे आपट्यांचे मत होते. पण उगीच खर्च कशाला करा म्हणून असो अथवा बायकांना पुरुषांप्रमाणेच प्रवास करता येतो हे सिद्ध करण्याच्या ईर्षेने असो, बाईंनी काही ते मान्य केले नाही. त्यातून प्रवास तरी कसला होता? वेंगुर्ल्याला उतरायचे आणि आजगाव-शिरोड्याला जायचे! तिथे उपाध्याय सोय करणार होतेच सारी.

बोट सुटल्यावर ती लागेल या भीतीने मालिनीबाई अंथरुणावर पडून राहिल्या. दुपारी चांगली झोप लागल्यामुळं पहाटे दोन वाजताच त्यांना जाग आली. त्यांनी बाहेर डोकावून पाहिले. समुद्रावर चांदण्याचा दूधसागर पसरला होता. क्षणाक्षणाने लाटांचा चुळुकसुळुक असा आवाज होई. जणु काय दुग्धपान करून संतुष्ट झालेली बालकेच तिथे खिदळत होती! लाटांवरले ते हिऱ्यासारखे दिसणारे तुषार! दुधाच्या घोटाशी फू: करून खेळणाऱ्या बालकाच्या ओठावरील दुग्धबिंदूच!

सृष्टीच्या या ऐश्वर्यात आपल्या श्रीमंतीपेक्षा काही तरी अधिक मोहक आहे असे मालिनीबाईंच्या मनात आले. त्यांना वाटले - कुठला चंद्र नि कुठला समुद्र! पण चांदणे सागरिकेच्या चिमण्या बाळांना पोटाशी धरून खेळत होते. शेकडो माणसांनी भरलेली ती बोट! पण लहान मुलाने आईच्या अंगावर खेळावे, त्याप्रमाणे ती समुद्राच्या पृष्ठभागावरून डुलत जात होती.

चैन, श्रीमंती आणि नट्टापट्टा यांच्यापेक्षा अधिक उदात्त असे सौंदर्य कितीतरी आहे याची जाणीव या वेळी मालिनीबाईंना स्पष्टपणे झाली. विचार कसासाच वाटला त्यांना! त्याचा विसर पाडण्याकरिता शेवंती काय करीत आहे ते पाहावे म्हणून त्या केबिनबाहेर आल्या. तीही कठड्यावर रेलून उभी होती. बाई हळूच तिच्याजवळ गेल्या. ती वेड्यासारखी पुटपुटत होती- 'आई, तू इकडं ये. तसले कपडे घेऊन लवकर लवकर ये हं!'

दुसऱ्या एखाद्या प्रसंगी मालिनीबाई असल्या पुटपुटण्याला हसल्या असत्या. पण सृष्टीच्या सौंदर्याने आणि शेवंतीच्या वात्सल्याने त्यांचे हृदय या वेळी भरून आले होते. त्यांनी हळूच शेवंतीच्या खांद्यावर हात ठेवला.

'अशी उभी का ग तू?'

'झोपच येईना बघा, बाईसाहेब.'

'बाबूच्या आठवणीनं झोप येत नसेल.'

शेवंती नुसती हसली. ते हसणे बॅरिस्टरीणबाईंना लाटांवर नाचणाऱ्या चांदण्याहूनही मोहक वाटले. चंद्राकडे पाहात शेवंती म्हणाली, चार वर्षं झाली बाईसाहेब. चंद्रमा बघितला की बाबू 'चांदोबा चांदोबा भागलास का,' हे गाणं म्हणे. आता नाही म्हणणार तो हे गाणं. तिसरीत पहिला नंबर आहे त्याचा. किती किती मोठ्ठा झाला असेल तो आता!'

'ते गाणं नाही म्हटलं तर दुसरं कुठलं तरी म्हणेल!'

'कुणाला ठाऊक! न म्हणेना गाणं. पण ते काउटचे छान कपडे मुद्दाम शिवलेत ना तुम्ही? त्याच्या अंगाला ते आले म्हणजे झालं-'

मालिनीबाई हसत हसत म्हणाल्या, 'नाही आले तर दुसरे देईन मी करून! चल, नीज आता.'

दुसरे दिवशी सकाळी मालिनीबाई आणि शेवंती यांचे स्वागत करण्याकरिता मुलींच्या शाळेजवळील पिंपळापाशी बाबूची स्वारी आजोबांसह हजर होती. आईला पाहताच तो बुजला. पण ते क्षणभरच! मालिनीबाईंची भीड मोडायला मात्र त्याला तब्बल घटका लागली.

पण बर्फाचे पाणी व्हायला पहिल्यांदा काय वेळ लागेल तो! मग जागच्या जागी ते स्वस्थ थोडेच राहते? बाबूचा गळा गोड होता. मालिनीबाईंचा चहा होईपर्यंत त्याने त्यांना तीन चार गाणी ऐकवली.

'झेंडा उंचा रहे हमारा-'

'मंत्र हाच बोला-वंदेमातरम्.'

इत्यादी इत्यादी.

त्याच्या गळ्यावर खूष होऊन मालिनीबाई म्हणाल्या, 'बाबू, छान बक्षीस देणार आहे मी तुला!'

बाबू उत्सुकतेने पाहू लागला. त्याने काउटच्या पोषाखाविषयी आधीच आईला विचारले असते. पण मालिनीबाई समोर असल्यामुळे त्याला धीर झाला नव्हता. मालिनीबाईंनी ट्रंक उघडली आणि मुंबईच्या शिंप्यांनी शिवलेले बाबूचे सुंदर कपडे बाहेर काढले.

ते कपडे घालण्याकरिता बाबू अगदी अधीर झाला. मांजर जसे दूध काढणाराच्या अंगाला अंग घासते, तसा तो शेवंतीच्या जवळ उभा राहून चुळबुळ करीत होता. शेवंतीने त्याच्या अंगावर कपडे घालायला सुरुवात केली. बाबू आनंदमय होऊन गेला. काउटच्या पोषाखाच्या गुंगीत तो 'मंत्र हाच बोला' हे गाणे गुणगुणू लागला.

बाबूच्या अंगावर नखशिखान्त नवा पोषाख चढला. त्याच्याकडे पाहात मालिनीबाई कौतुकाने म्हणाल्या, 'शेवंती, कसा छान छोटा शिपाई दिसतोय हा आमचा!'

बाबू खुषीत आला.

मालिनीबाईंनी विचारले, 'बाबू, शिपायांचं काम काय असतं ते आहे ना ठाऊक?'

'आपल्या देशाचं रक्षण करणं.'

बाबूला पाठ असलेले हे उत्तर मालिनीबाईंना कुठे ठाऊक होते?

आनंदाचा पहिला भर ओसरताच बाबूने विचारले, 'आई, देशी कपडे ना ग हे?'

मालिनीबाई खो खो करून हसू लागल्या. बाबूला त्याचे कारण कळेना. तो भांबावून आईच्या तोंडाकडे पाहू लागला.

बाई म्हणाल्या, 'इतकं चांगलं देशी कापड मिळतं का कधी?'

चंद्राला ग्रहण लागावे तशी बाबूच्या आनंदाची स्थिती झाली.

'आग, आग!' पांदीने जाणारे कुणी तरी ओरडले.

मालिनीबाईंच्या पातळ-पोलक्यांना साबण घालीत बसलेली शेवंती धावतच परसात गेली. न्हाणीतला विस्तव घेऊन बाबूने सर्व नव्या कपड्यांची होळी केली होती!

'कारट्या-' शेवंती किंचाळली.

बाबूही भिऊन गेला.

'चांगले कपडे नको झाले तुला! अवदसा आठवली मेल्याला!' त्याच्या पाठीत रपाटा घालीत शेवंती कडाडली!

'परदेशी होते ते!' बाबू रडत रडत उत्तरला.

'कुणी सांगितलं तुला हे जाळायला?'

'गांधींनी!'

रपाट्याकरिता शेवंतीने वर उचललेला हात मागे घेतला. नवाकाळ अगर बाँबे क्रॉनिकल यांच्याकडे रद्दीच्या कागदापेक्षा अधिक उत्सुकतेने तिने कधीच पाहिले नव्हते, हे खरे! पण १९३० मधले शिरोडे आणि १९३२ मधील मुंबई तिच्या डोळयांपुढे उभी राहिली. बॅरिस्टरांच्या खोलीतल्या फोटोतील गांधींची कृश मूर्ती तिला आठवली. तिने हात मागे घेतला. पण लगेच तिच्या मनात दुसरीच भीती उत्पन्न झाली. बाईसाहेबांना काय वाटेल हे बघून? तिने वळून पाहिले. मालिनीबाई केव्हाच मागीलदारी आल्या होत्या.

बाबूला मारण्याकरता शेवंतीने पुन्हा हात वर उचलला. पण आईचा धपाटा त्याच्या पाठीत बसला नाही. उलट मालिनीबाईंनी पोटाशी धरून घेतलेला मुका त्याला मिळाला.

कोकणातून परत आल्यापासून पत्नीचे परदेशी कापडाचे आणि नट्ट्यापट्ट्याचे वेड कमी झालेले पाहून बॅरिस्टरसाहेबांना राहून राहून आश्चर्य वाटते. अशा वेळी ते थट्टेने म्हणतात, 'पालीचा देव पावला खरा! पण तो गांधींना!'

सहा : चकोर व चातक

परिचय :

जाती, धर्म, राष्ट्र, संस्कृती इत्यादी भेदांच्या नावाखाली जगात एकसारखे कलह सुरू आहेत. एखाद्या लहानशा दंग्यापासून तो थेट महायुद्धापर्यंत जे अनर्थ हरघडीला आणि दर पिढीला घडत आहेत, त्यांच्या मुळाशी मुख्यत:एकच गोष्ट आहे--प्रत्येक मनुष्याला या जगात मनुष्य म्हणून जगण्याचा हक्क आहे या तत्वाचे विस्मरण. रानटी काळातल्या मनुष्याशी आजच्या मनुष्याची तुलना केली तर दोघात दोन ध्रुवांचे अंतर पडले आहे असे वाटते, पण हे अंतर बाह्य सुधारणेपुरतेच आहे. माणसांनी एकमेकांना लुटून जगायचे नसते, तर एकमेकांना सवलती देऊन जगायचे असते, हे तत्व ज्यावेळी जगात अंमलात येईल त्याच वेळी मानवजात खरीखुरी सुखी होईल.

आकाश उदास दिसत होते. जसा काही मृत राजाचा राजवाडाच! नुक्तीच एखादी उल्का पृथ्वीवर पडली असावी! तिच्या तेजस्वी मुखाची आठवण होऊनच आकाशाला इतके दुःख झाले असेल काय? छेः! कवीसुद्धा विश्वास ठेवणार नाही असल्या कल्पनेवर!

मी निरखून पाहिले.

सर्व गगनमंडळ भुरक्या मेघांनी भरून गेले होते. जणू काही जगाला विटलेल्या मनुष्याचे मनच! त्या मनातील आत्महत्येचा निश्चय -

त्या निश्चयासारखा मधेच एक काळाकुट्ट मेघ निश्चल उभा होता. आत्महत्येच्या विचाराने आशेचा पार लोप करून टाकावा, त्याप्रमाणे अष्टमीच्या अर्धचंद्राला त्याने अगदी निस्तेज करून सोडले होते. त्या मृतप्राय चंद्राचा प्रकाश-आंधळ्याची शून्य दृष्टीसुद्धा त्याच्यापेक्षा बरी!

एक विचित्र विजयस्वर माझ्या कानावर पडला. तो कृष्णमेघ तर आनंदाने ओरडला नसेल ना? छेः, घुबडही नव्हे!

मी वळून पाहिले.

एक पक्षी कृष्णमेघांकडे उत्कंठेने पाहात ओरडत होता. अगदी स्पष्ट ऐकू आले, ये, ये, मेघमाले, ये!

कुणी शापभ्रष्ट गंधर्व तर नाही ना हा? त्याची व्याकुलता पाहून मला भास झाला. इतक्यात दुसऱ्यादिशेने शब्द आले, चुप बैस, चातक्या! ये, ये, चंद्रिके, ये!'

'अरे जा रे चकोऱ्या--ये, ये, मेघमाले, ये!' पहिला पक्षी ओरडला.

निर्दय नजरेने एकमेकांकडे पाहत ते दोन पक्षी पुनःपुन्हा ओरडू लागले.

'ये,ये,मेघमाले,ये!'

'ये,ये,चंद्रिके ये!'

त्यांच्या आक्रोशाचा परिणाम आकाशावर होत होता की काय कुणाला ठाउक! पण क्षणात चंद्राने चमकावे, क्षणात त्या कृष्णमेघाने त्याला झाकून टाकावे, असा खेळ तिथे सुरू झाला.

चातक ओरडतच होता, 'ये, ये, मेघमाले ये!'

चकोर आक्रोशतच होता, 'ये, ये, चंद्रिके ये!'

कंठ सुकेपर्यंत ते ओरडले; पण जलबिंदू आणि चांदणे ही दोन्ही आकाशातच राहिली.

त्या पक्ष्यांच्या डोळ्यात आता गिधाडाची क्रूर नजर संचारली होती. हा हा म्हणता ते एकमेकांवर तुटून पडले. डोळ्याचे पाते लवते न लवते तोच दोघांच्याही अंगातून रक्त वाहू लागले. ते भीषण दृश्य मला बघवेना. मी तोंड फिरविले. थोडया वेळाने ओरडणे थांबले. नखांच्या व चोचींच्या प्रहारांचा आवाज मंदावला. विव्हळणे बंद झाले. प्रथम पंखांची फडफड ऐकू येत होती. हळूहळू ती सळसळ झाली. आणि मग शान्त सर्व शान्त!

मी पाहिले. दोन्ही पक्षी जमिनीवर मरून पडले होते. मघाच्या सजीव डौलदार मूर्ती आणि जमिनीवर पडलेली ती वेडीवाकडी प्रेते —

अरेरे! मी आकाशाकडे पाहिले. जणू काही माझे समाधान करण्याकरिता देवाधिदेव तिथे प्रकट होणार होता!

त्या कृष्णमेघातून आता भराभर जलबिंदू गळू लागले. पण त्यांच्याकरिता तहानेलेल्या चातकाने आपले तोंड उघडले नाही!

पावसाची सर ओसरताच चांदणे चमकू लागले. पण चंद्रिकेसाठी आसावलेल्या चकोराने तिच्या स्वागतार्थ आपली मान हलवली नाही!

त्या दोन पक्ष्यांच्या प्रेतावरील जलबिंदूंवर चांदणे चमकू लागले.

सात : हवापालट

परिचय :

ही पत्ररूपाने लिहिलेली एक विनोदी गोष्ट आहे. मात्र विनोदाकरिता विनोद या पद्धतीचा तिच्यात अंगीकार केलेला नाही. मानवी स्वभावातील व्यंगावर हसत-खेळत कसा प्रकाश पाडता येतो हे या गोष्टीवरून दिसून येईल.

श्री

आंबोली,

१०-३-३४

सेवेसी, दासीचा शि.सा.न.वि.वि.—

इकडील सर्व (म्हणजे मी एकटीच! क्षेमकुशलात गड्याला धरले तर दोन माणसे) ठीक. स्वारी परवा एकच दिवस राहून गेली. पण त्यामुळे किती चुटपुट लागली माझ्या जिवाला. जिन्नस चांगला करायचा आणि थोडा वाढायचा हे काही केल्या जमत नाही आम्हा बायकांना पण पुरुषांचे सारेच निराळे. त्यातून स्वारी पडली डॉक्टर! औषधाप्रमाणे राहणेही मोजून मापून! डॉक्टरांच्या धंद्याला स्वतंत्र म्हणतात लोक! पण मला नाही ते खरे वाटत. तसे असते तर आपणाला नसते का आणखी दोन दिवस इथे राहता आले? एक वेळ वाटते--उन्हाळ्यात कशाला मेले आजारी पडतात हे लोक? पुढे आजारी पडतील तर काय अगदी मरतील?

आपल्या सांगण्याप्रमाणे सकाळी महादेवगडाकडे आणि संध्याकाळी टेंपल पॉईंटवर फिरायला जाते. टेंपल-पॉईंटवरचा देखावा संध्याकाळी किती पाहिला तरी पुरेच होत नाही. जणु काही स्वारीचा सहवासच! पण फार वेळ पाहत बसायला मिळतोय कुठे तो? घरी येऊन स्वयंपाक करायचा असतो ना! गड्याकडून सारी

कामे करून घेता येतात. पण रांधप तर काही त्याला सांगायचे नाही! सासूबाई बोचून खातील मला तसे काही केले तर.

स्वयंपाकाला बाई ठेवली तर खाल्लेली हवा अंगी लागेल माझ्या. नाहीतर इकडे थंड हवा आणि तिकडे चुलीची धग! परवा म्हणणे झाले- मास्तरणी वाटेल तितक्या मिळतील! रांधपिणी मिळणे मोठे कठीण काम आहे सध्याच्या काळात. मी कुठे नाही म्हणते? पण बायकांची डोकी काही नुसती फुले माळण्याकरिता नसतात! मी एक तोड काढिली आहे त्याच्यावर. आपल्याला कितपत पसंत पडते पहावे.

नागपूरची सखुताई माझी आतेबहीण-ठाऊक आहे ना? पाच वर्षापूर्वी तिचा नवरा आजारी होता, तेव्हा दोन-तीन पत्रे आली होती तिची! चार चार वर्षापूर्वीची बिलंसुद्धा आठवतात आपणाला. तेव्हा सखूताईची ती पत्रेही आठवणीत असतीलच. त्या आजारातच मेला बिचारीचा नवरा! मूलबाळही काही नव्हते. फारशी शिकलीसवरलेली नव्हती ती. कुणाच्या तरी घरी काम करून पोट भरत असेल झाले. तिलाच एकदोन महिने रहायला बोलवावे म्हणते. म्हणजे तीर्थ नि स्वार्थ दोन्ही साधतील.

प्रकृतीला जपून असावे. ती. सासूबाईंना नमस्कार. मोलकरीण केर काढते तेव्हा लक्ष ठेवावे म्हणून सांगावे. फार हातलासी आहे ती! नि सासूबाईंनाही कमी दिसते हल्ली.

आपली,
आनंदी

श्री

सावंतवाडी,

१६-३-३४

चि.सौ. आनंदीस सप्रेम आ.वि.

तुझे पत्र पोचले. यावेळी माणसे आजारी पडली नाहीत हे खरे; पण मी आलो की आई बरोबर येणारच. मग आंबोलीची बाहेरची हवा कितीही थंड असली तरी आपल्या घरात वऱ्हाड-नागपूरकडला उन्हाळा सुरू व्हायचा. तेव्हा आहे तेच ठीक आहे. नाही का?

सखुताईचा नवरा आजारी असताना पैसे पाठविण्याबद्दल तिने तुला दोन तीन पत्रे घातली होती. नवरा मेल्यानंतर आलेले तिचे शेवटचे पत्र तर हृदयद्रावक होते. काही तरी पाठवावे असे त्यावेळी मी म्हटले सुद्धा तुला. पण तू म्हणालीस बालविधवा म्हणजे शुद्ध जळू! एकदा चिकटली की सुटायची नाही. माणूस जोडून ठेवलेले बरे असे नेहमीच वाटते मला. पण तू तर चार पाच वर्षात अवाक्षरानेसुद्‌धा तिची चौकशी केली नाहीस! ती हयात आहे की नाही कुणाला ठाऊक!

ते जाऊ दे. सखुताईला बोलावताना मुदत मात्र एक दोन महिन्यांचीच दे. ती इथे रहायला आली तर तिच्या हातचे पाणी काही आईला चालायचे नाही. मग देव्हाऱ्यात पूजा करायला का ठेवायची तिला घरात? तुझी मैत्रीण प्रभा आजगावकर मधे तापाने आजारी होती तेव्हा तिला इंजेक्शने दिलीच. फार अशक्तपणा आलाय तिला. त्यावरही इंजेक्शनेच घ्या म्हणून सांगितले आहे. बघूया आंबोलीचा खर्च परस्पर आजगावकरांकडून निघतो की काय ते.

सर्वस्वी तुझाच,
आनंद

श्री

आंबोली,

सं.सावंतवाडी

जि. रत्नागिरी

१७-३-३४

चि. सखुताईस, भगिनी सौ.आनंदी हिचा सप्रेम आ.

पाच वर्षांनी तुला थरथर कापणाऱ्या हातांनी हे पहिले पत्र लिहीत आहे. तुझ्यावर आकाशाची कुऱ्हाड कोसळली तेव्हाच मी तुला इकडे आणणार होते. पण खरे सांगू? कुंकू नसलेले तुझे कपाळ पाहण्याचा धीरच होईना मनाला. तू मला भित्री म्हण, हळवी म्हण, काहीही म्हण, पण आपल्या माणसाचे वाईट झालेले बघणे अगदी जिवावर येते माझ्या.

त्या वेळीच मी तुला पैसे पाठवणार होते. पण इकडली स्वारी म्हणजे काय; कलियुगातले धर्मराजच! औषध द्यायची तेवढी बुद्धी दिली देवाने, पण पैसे वसूल करण्याची गोष्ट म्हणशील तर? हरे शिवा गोविंदा! कुणीही ठकवावे! आपला

भोळ्या सांबाचा अवतार. डोक्यावर गंगा वहाते म्हणून मान! पण संसाराची काडी इतकीही काळजी नाही! एकदा तर असे झाले, पंचवीस रुपये तुला पाठविण्यासाठी म्हणून बाजूला काढून ठेवले. मनीऑर्डरचा फॉर्म नव्हता घरात म्हणून पाठवायचे राहिले. योगायोगाची वेळ! आला कुठला गरीब विद्यार्थी आणि दिले की स्वारींनी ते पैसे त्याला उचलून!

पाच वर्षात एक कार्ड सुद्धा पाठविले नाही तुला. कित्ती कित्ती वेळा पत्र लिहायचे मनात येई. पण लगेच डोळे भरून येत. तुला चार मुलेबाळे असती, तरी सुद्धा तुझे माहेरपण करायचे सामर्थ्य दिले आहे मला देवाने. पण— जाऊ दे. जखमेवरली खपली काढण्यात काय अर्थ आहे? आज अगदी मन घट्ट करून हे पत्र लिहायला बसले आहे मी! माझी प्रकृती बरी नसते हल्ली. तसे काही विशेष होत नाही. मुख्य रोग म्हणजे सासूबाईच! वेंगुर्ल्याच्या बाट्याकडून तपासून घेतलंय. त्याने सांगितले थंड हवेत रहायला. म्हणून मी इथे आले आहे. गरिबांचे महाबळेश्वरच आहे हे म्हणेनास. दुपारी सुद्धा कसा गार वारा असतो. कोकणातली सृष्टीशोभा पहायला नि इथल्या धनगराकडला मध खायला तू अगत्य यावेस असे फारफार वाटतेय मला. पुढे कलमी आंबे मिळतीलच! महिनाअखेर तू नि मी इथे राहू, मग तुला नर्सचे शिक्षण देण्याची काही तजवीज स्वारीला करता येईल का पाहू. उलट टपाली उत्तर पाठव. आणि उत्तराबरोबर तू ही नीघ. तुझ्या वाटेकडे अगदी डोळे लावून बसले आहे मी! भाड्याच्या पैशांची काळजी करू नकोस.

तुझी आवडती बहीण,
सौ.आनंदी अणावकर

तार

नागपूर,
२०-३-३४

तुझे पत्र वेळेवर आले अगदी. मी नाशिकला जाण्याकरिता उद्याच निघणार होते. तो बेत रद्द करून आंबोलीलाच येत आहे. बाकी सर्व समक्ष भेटीत.

सखुताई

श्री

आंबोली,

२१-३-३४

सेवेशी शि.सा.न.वि.वि.

सखुताईची तार वाचली ना? ती पाहून बायका किती मुत्सद्दी असतात याची खात्री होईलच. पैसा न गमावता मी माणूस जोडले की नाही? सखुताई जिवंत असेल की नाही याची शंका होती आपल्याला. फुटक्या कपाळावर ब्रह्मदेव शंभर वर्षांचे आयुष्य लिहून ठेवतो हं!

आता एक गोष्ट विसरायची नाही. अगदी गळ्याची शपथ आहे माझ्या. दोन-तीन दिवस इकडे रहायला यावे सवडीने. दवाखान्याची कटकट मात्र ठेवू नये. सखुताई छान छान स्वयंपाक करील. आपण दोघे खूप खूप फिरायला जाऊ, बेळगावला जाऊन एखादे छानसे नाटक नाही तर सिनेमा पाहू आणि वकिलीणबाईसारखे जरीचे लुगडे घ्यायचे राहिले आहे तेही घेऊ. होय ना?

बेत ठेवावा मनात असे म्हणतात ना? सखुताई येताच खूपखूप मौज करणार आहे मी! चैत्रात दिवाळी आली की काय असेच वाटेल स्वारीला. ती. सासूबाईंना नमस्कार. माझ्या पकृतीत अजून सुधारणा नाही म्हणून त्यांना सांगावे.

आपली

आनंदी

ता.क. प्रभेचे बिल आकारताना थोडी सूट द्यावी. माझ्या बायकोची मैत्रीण आहे, म्हणून कमी पैसे घेतो असे मुद्दाम सांगावे.

श्री

सांवतवाडी,

२२-३-३४

चि.सौ. आनंदीस स.आ.वि.

तुझे पत्र पोचले. सखुताईला अगदी भारून टाकण्याइतके तू पत्रात काय लिहिले होतेस तेच कळत नाही. अहिल्याबाईने पुरुषांपेक्षाही चांगल्या रीतीने

राज्यकारभार कसा चालवला असेल याची आता मला पूर्ण कल्पना आली.

सखुताई नाशिकला कशाला जात होती? नागपूरला या दिवसात उन्हाळा फार होतो म्हणे. ज्यांच्याकडे ती स्वयंपाकाला असेल ती मंडळी जात असतील नाशिकला! त्यांचे बिचाऱ्यांचे मात्र हाल होणार! अलीकडे स्वयंपाकिणींचे स्तोम फार माजत चालले आहे! देशभक्तांपेक्षाही अधिक उठबस करावी लागते त्यांची. स्वयंपाक होताच गळ्यात हात घालून हाताला अत्तर लावा असे त्या म्हणत नाहीत, हेच मालकाचे भाग्य म्हणायचे. पाच वर्षांच्या अनुभवाने सखुताईही या विद्येत पारंगत झाली असेल. बाकी तिची डाळ काही तू शिजू देणार नाहीस म्हणा!

तुझा आंबोलीचा दोन माणसांच्या संमेलनाचा कार्यक्रम वाचला. पण खर्चाला पैसे कुठून आणायचे? घाटावर पटकी, प्लेग, काही ना काही नित्य सुरू असते. या दरिद्री कोकणात तसले रोग आहेत कुठे? फार फार म्हणजे मलेरिया! एखादी क्षयाची केस मिळाली इतक्यात तर मात्र हरकत नाही माझी! क्षयाचा रोगी जसा झिजत जातो, तसतसा डॉक्टरचा खिसा भरत जातो, असा परवा एका टवाळ पत्रात चुटका आला होता! चुरमुरे-फुटाणे खात बसणाऱ्या या संपादकांना आमचा हेवा वाटायचाच! सखुताईच्या हातची नागपुरी पक्वान्ने खायला लवकरच येतो. पण गळ्याच्या शपथा घालायला तू आता काही लहान आहेस का ग?

सर्वस्वी तुझाच,
आनंद

श्री

आंबोली,

२५-३-३४

सेवेस शि.सा.न. विज्ञापना विशेष.

अगदी रडकुंडीला येऊन हे पत्र लिहीत आहे मी. निघूनच येणार होते वाडीला. पण इकडे सखुताईचा आड नि तिकडे सासूबाईंची विहीर ! हवापालट करायची कुठून बुद्धी झाली मला?

काल दुपारी सखुताई आली. मोटार दारासमोर थांबताच मी बाहेर आले. चांगले अंग सुटलेली एक बाई खाली उतरत होती. सखुताई पडली हडकुळी! तेव्हा दुसरी कुणी तरी बाई असेल असे वाटले मला. पण चेहरा दिसला तो सखुताईचा! आणि त्यात भर म्हणजे कपाळावर भरभक्कम कुंकू!

मी स्वप्नात आहे की काय मला कळेना. सखुताईचा भसाडा आवाज ऐकताच हे स्वप्न नव्हे अशी खात्री झाली. मनात म्हटले-विधवांनी कुंकू लावावे अशी

चळवळ आपले वरेरकर मामा करीत आहेतच की! आयते सुधारणेचे श्रेय मिळेल आपल्याला सावंतवाडीत! येऊन जाऊन माझ्या करंड्यातले कुंकू अधिक खर्च होईल. होईना!

'सामान काय आहे ग?' मी प्रश्न केला.

'आधी मुलांना घेते खाली. मग सामान!'

मुले? मोटारीत बसलेली तीन मुले हिच्याबरोबर आली आहेत हे कळताच चक्कर येऊ लागली मला. नागपूरच्या एखाद्या अनाथ बालिकाश्रमाची व्यवस्था सखुताईकडे आहे की काय ते मला समजेना.

तिने मुले खाली उतरून घेतली. नंबर एक-मुलगा, वय वर्ष चार! नंबर दोन-मुलगी, वय वर्ष तीन! नंबर तीन-मुलगा, वय वर्ष दोन! तीन वर्षाच्या मुलगीचा चेहरा म्हणजे सखूच्या चेहऱ्याची हुबेहूब नक्कलच. माझ्या पोटात धस्स झाले! इतक्यात एक लहान मुलगा तिच्या हातात देऊन एक जाडाजुडा गृहस्थ मोटारीतून खाली उतरला. बायकोला सुखरूप पोचविण्याकरिता हे पुनर्यजमान आले आहेत बरोबर!

काल रात्री दोन माणसांऐवजी सातांचा स्वयंपाक करावा लागला मला. सखुताई थोडी फिरायला जाऊन आली. डॉक्टरने सांगितले आहे तिला थंड हवेत फिरायला! स्वयंपाक काय करणार ती कपाळ! चांगली सहा महिन्यांची गर्भारशी आहे! मागचे मूल नागपूरच्या उन्हाळ्याने गेले म्हणे. म्हणून या खेपेला डॉक्टरांनी हवापालट करायला सांगितले. ती नाशकाला जात होती, त्याच दिवशी माझे पत्र मिळाले तिला! पत्र कसले, मागच्या जन्मीचा वैरी म्हणायचा माझा! ज्या घरात रहात होती त्याच्या मालकाशीच पुनर्विवाह केला की काय कुणाला ठाउक! नाही तर जुन्या पत्त्यावरले पत्र तरी कसे इतके अचूक पोचले तिला?

स्वयंपाकीण आणता आणता मीच स्वयंपाकीण झाले. केलं तुका नि झालं माका. गडी गेला तिची मुले खेळवायला! मग इतर कामे कोण करणार? काल रात्री त्या धाकट्या कार्ट्याने काय आकांत केलान् अगदी! डोळ्याला डोळा लागू दिला नाही मेल्याने. सखुताई म्हणत होती, एरवी फार शांत आहे तो! आपला तो बाब्या म्हणतात ना?

मला अजून मूल झाले नाही हे कळताच तर तिचा आनंद गगनात मावेना. थोरल्या मुलाला माझ्याकडे ठेवून जायलाही तयार झाली आहे ती. कसे आहे हे व्याह्याचे घोडे? आज सकाळी सखुताई मासळीची चौकशी करू लागली . तिला डोहाळे लागलेत म्हणे. नाशकाचा बेत बदलण्याच्या अनेक कारणांपैकी हे एक असावे! इथे मिळत नाही म्हणताच वाडीहून आणावयाची व्यवस्था करायला सांगितली तिने! 'भरल्या जिवाची तू! थोड्या दिवसांसाठी कशाला इतकी लांब

आलीस? एक कार्ड पाठवायचं म्हणजे झालं'. असे मी तिला म्हटले. तेव्हा तिने काय उत्तर द्यावे? 'तुमच्या सावंतवाडीला मॅटर्निटी होम फार चांगलं झालय म्हणे. तिकडून सारी वर्तमानपत्रं वाचणं होतं. बाळंतपण त्या होममधे होईल म्हणून तर मी आले.' कसा आहे मुत्सद्दीपणाचा बेत? तिला सध्या सहावा महिना आहे. सावंतवाडीच्या मॅटर्निटी होममधे तीन महिन्यांनी बाळंत होणार आणि मग तीन महिन्यांनी परत जाणार!

या साऱ्या प्रकरणात आपलीच चूक आहे अधिक! सावंतवाडीच्या मॅटर्निटी-होमची सुद्धा हिच्या नवऱ्याला माहिती! पण नागपूरच्या वर्तमानपत्रात आलेला तिचा पुनर्विवाह मात्र आपल्याला ठाऊक नाही काही. पत्ते कुटण्यापलीकडे दुसरे काही सुचत असेल तर वर्तमानपत्रे वाचायची होतील!

आता पुढे काय करायचे? चांगला हवापालट झाला की हा! आंधळा मागतो एक डोळा नि देव घालतो तोंडात बोळा अशातली गत झाली ही!

आपली
आनंदी

प्रकाशसंदेश

सावंतवाडी
१-३-३४

सौ. आनंदीबाई अणवकर, आंबोली.
डॉक्टरांची सभा भरवून तुझ्या प्रकृतीविषयी पुन्हा विचार केला. बऱ्याच नवीन गोष्टी कळल्या. सर्वांचे म्हणणे हवापालट हवा. पण आंबोलीसारखी थंड हवा उपयोगी नाही. उष्ण हवा हवी. नागपूर चालेल. जाकोबबाद त्याच्यापेक्षाही बरे. तिकडे जाण्याकरिता उद्या येतो. तयारीत असावे.

आनंद

आठ : घोडचूक

परिचय :

उथळ पाण्याला खळखळ फार ही म्हण या रूपककथेतील घड्याळाला बरोबर लागू पडते, असेही ही गोष्ट वाचून कुणालाही वाटेल. पण अर्ध्या हळकुंडाने पिवळ्या होणाऱ्या मनुष्यस्वभावापेक्षाही एक अधिक महत्वाचे तत्व तिच्यात चित्रित केले आहे.

सूर्याकडे पाहून त्या घड्याळाला नेहमी हसू येई-म्हणे पूर्वी देवळे बांधीत या सूर्यनारायणाची! आणि अजून नमस्कार घालायला सांगतात याला! असे आहे काय त्याच्यात? एक प्रकाशाचा गोळा! ना रंग ना रूप!

रूपाचा प्रश्न आला की, घड्याळ स्वतःच्या सौंदर्याकडे अभिमानाने पाही. किती मऊ आणि चकचकीत अंग! आणि ते रेडियमचे काटे! आनंदाने गात गात धावणारी भावंडेच जणू काही!

अभिमानाच्या भरात सूर्याला नाक मुरडून घड्याळ उद्गार काढी, 'आहे झालं जडभरत आणि मुखस्तंभ! कसं चोवीस तास सुरू असतं माझं गाणं. पण हा? जन्मात कधी तोंड उघडायला नको याला! बारा तासात दमून जातो हा लठ्ठंभारती! स्वारी रात्री कुठं झोपा काढते याचा पत्तासुद्धा लागत नाही! नाही तर मी! लहान मूर्ती, पण थोर कीर्ती! भर मध्यरात्री वेळ विचारा- क्षणात सांगेन-बारा वाजून पाच मिनिटं आणि पंधरा सेकंद झाले आहेत. खरं पाहिलं तर, आकाशातली सूर्याची जागा माझीच नाही का? पण निसर्ग मनुष्यापेक्षाही श्रेष्ठ आहे ही खुळी कल्पना आहेना अजून या जगात! छट्! सूर्यासारखी घोडचूक एखादं वेडं घड्याळ सुद्धा नाही करणार कधी!

एके दिवशी रात्री बारा वाजता घड्याळ एकदम बंद पडले. अखंड नाचणाऱ्या सोनेरी काट्यांची हालचाल थांबली. मृत बालकासारखे दिसत होते ते. प्रयत्नांची पराकाष्ठा झाली; पण घड्याळ काही केल्या चालू होईना.

दुसरे दिवशी सकाळी सूर्याचे किरण नेहमीप्रमाणे घरात आले. ते घड्याळावरही पडले. त्यात बारा वाजलेले स्पष्टपणे दिसत होते!

नऊ : चंद्रकोर

परिचय :

शाळेच्या चिमण्या जगात एक ख्रिश्चन मुलगा आणि एक हिंदू मुलगा यांची मैत्री होते. आपल्या मैत्रीच्या आड कुणीच येणार नाही असे त्या बाळजीवांना वाटावे यात नवल कसले? आपण निरनिराळ्या धर्मांचे आहोत हा विचार सुद्धा त्यांच्या मनाला शिवत नाही; पण बालकांच्या मनाइतके काही सामाजिक जीवन सरळ नसते. त्या दोघांच्या मैत्रीत त्यांना कल्पनाही नसलेली एक गोष्ट आली- दारू!

झापांच्या झोपडीच्या दारात अंतोन वाटेकडे डोळे लावून बसला होता. पलीकडे समुद्र एखाद्या लहान मुलासारखा खिदळत होता. चिमुकल्या चंद्रकोरीचे खेळणे हस्तगत करण्याकरिता केवढी धडपड चालली होती त्याची! पण अंतोनला त्याचे अस्तित्वही कळत नव्हते. माडांच्या राईत चांदणे व सावल्या यांचा मनोहर लपंडाव चालला होता. पण अंतोनला तोही दिसत नव्हता. त्याचे डोळे रस्त्याकडे लागले होते. दुकान बंद करून बाप येतो केव्हा आणि-

पलीकडे झाडे सळसळली. अंतोन उत्कंठेने उठून उभा राहिला. पण रस्त्यावर कुणीच दिसले नाही. त्याला वाटले, बाबा इतक्या उशीरा दुकान का बंद करतात?

त्याने वर चंद्राकडे पाहिले. आजपर्यंत चंद्र त्याला आपला खेळगडी वाटत होता. ढगाआड लपंडाव मांडणारा, चांदण्यांच्या शिंपल्यांनी भरलेल्या वाळवंटात खेळणारा, आणखी कितीतरी गमती जमती करणारा चंद्र! पण आज तो त्याला एकदम निराळा दिसला. 'चंद्रावर पर्वत आहेत. इंग्रजी शाळेत गेल्यावर दुर्बिणीतून ते तुम्हाला दिसतील.' हे मराठी शाळेच्या हेडमास्तरांचे वाक्य त्याला आठवले. इंग्रजी शाळा-दुर्बिणी-मोठमोठ्या परीक्षा-त्याचे मन सुखस्वप्नांनी फुलून गेले अगदी!

त्यामुळे बापाचे पाऊल अंगणात पडेपर्यंत त्याची चाहूल त्याला कळली नाही. त्याने बापाकडे पाहिले. बाप त्याच्याकडे पाहून हसला व झोपडीत शिरला. आतून

आईचा आवाज ऐकू आला--

'किती उशीर झाला आज!'

'या धंद्याला सांजचीच बरकत!'

'अंतोन हट्ट घेऊन बसलाय अगदी.'

'आपल्या मुलाचा हट्ट आपणच नको का पुरवायला?'

'पैसे काही माडाला नाही लागत!'

बापाचे खड्यासुरातले हसणे अंतोनला ऐकू आले.

'हसायला काय झालं?'

'पैसे माडाला लागत नाहीत असं म्हणालीस ना तू?'

'मग खोटं का आहे ते?'

'माडालाच लागतात पैसे!'

बापाने खुळखुळावलेल्या पैशांचा आवाज अंतोनच्या कानावर पडला. त्याचे हृदय आनंदाने नाचू लागले. आई म्हणत होती———'पण इंग्रजी शाळेची फी मोठी, नि पुस्तकं--'

'असू दे फी मोठी. तिच्यापेक्षाही मोठं गिऱ्हाईक मिळालंय मला.'

'कुठलं?'

'कुठलं का असेना? चार सोबत्यांशिवाय काही कधी यायची नाही स्वारी. दररोज आठ-बारा आणे तरी—'

'बारा आणे!' आईच्या आवाजातला आनंद अंतोनच्या रोमरोमांत नाचू लागला. त्याने आनंदाने वर पाहिले. चंद्रकोर मावळत होती. अंधारात समुद्राचा आवाज त्याला क्षणभर एखाद्या हिंस्त्र पशूच्या गुरगुरण्यासारखा भयंकर वाटला. पण उद्या इंग्रजी शाळेत जायचे या विचाराने लगेच त्याच्या मनात पौर्णिमेचे चांदणे फुलले. त्याला समुद्राचा आवाज गोंगाटासारखा वाटू लागला.

रुप्याचा करदोटा व तांबड्या फडक्याची कासटी हे काय ते अंतोनच्या बापाचे वैभव होते. त्यामुळे बापाबरोबर इंग्रजी शाळेत शिरताना अंतोन खालच्या मानेनेच आत गेला. हेडमास्तरांची खोली, तिच्यातली ती सुटाबुटातली चष्मेवाली मूर्ती-एकदम पळून घरी जावे असे अंतोनच्या मनात आले! पण ते शक्य नव्हते.

शिपायाबरोबर अंतोनची पहिल्या यत्तेकडे रवानगी करण्यात आली. भीतभीतच तो वर्गात शिरला. एकदम साठसत्तर चिमुकल्या डोळ्यांनी त्याच्या वर कटाक्षांची फैर सोडली. अंतोनने व्याकुळ दृष्टीने मास्तरांच्या खुर्चीकडे पाहिले. पण तिथे तर मिलागिरीतला दगडी पुतळाच बसला होता. अंतोनचे पाय लटलट कापू लागले. त्याने भयचकित नजरेने वर्गाकडे पाहिले. जरीची टोपी घातलेला आणि सुंदर पोशाख केलेला एक मुलगा पलीकडे सरकून, आपल्याजवळ जागा करून त्याला

खुणेने बोलवीत होता. समुद्रात बुडणाऱ्या मनुष्याला जहाज दिसावे, तसे अंतोनला झाले. सारा दिवस तो आपल्या शेजारच्या मुलाच्या तोंडाकडे पाहत होता.

त्या दिवसापासून वसंत व अंतोन यांची इतकी गट्टी जमली की, बोलून सोय नाही. अंतोनच्या गळ्यातील क्रूस किती चांगला दिसतो याचे वसंत आपल्या आईबापापाशी जसे वर्णन करू लागला, तसे वसंताच्या हातावर गोंदलेले रामनाम किती सुंदर आहे हे अंतोन आपल्या आईला सांगू लागला. दोघे वर्गात जवळ जवळ बसत आणि मधल्या सुट्टीत एकाच ठिकाणी खेळत. एवढेच नव्हे तर, हुतुतूच्या डावातही एकाच बाजूला राहण्याचा प्रयत्न करीत. मास्तरांच्या लहरीमुळे क्वचित् एकमेकांविरुद्ध खेळण्याचा प्रसंग आला तर अंतोनला मारण्याचे वसंताच्या जिवावर येई. अंतोन तर वसंताच्या अंगाला हातच लावीत नसे.

सहा महिन्यात त्यांची मैत्री इतकी दाट झाली की, मराठी शिकविणाऱ्या मास्तरांनी भर वर्गात तिचा उल्लेख केला. एकदा ते म्हणाले,'पत्रे लिहिताना जुन्याकाळी 'शुक्लेंदुवत् प्रेमवृद्धी व्हावी' असे लिहीत असत.' 'शुक्लेंदुवत् म्हणजे कशी?' एका मुलाने शंका विचारली. 'अंतोन आणि वसंत यांच्यासारखी!' मास्तरांनी उत्तर दिले. वर्गात एकच हशा पिकला. भर दुपारच्या त्या तासाला आपण चांदण्यात रमतगमत फिरत आहो असे अंतोनला वाटले. तास संपताच तो वसंताला म्हणाला,'मी दुसऱ्याच नावानं हाक मारणार आता तुला.'

'कुठल्या'

'शुक्लेंदु!'

पण शुक्लेंदूला पोर्णिमेचा अनुभव एकच दिवस मिळतो ही गोष्ट अंतोन विसरला होता. एके दिवशी वसंत आला तो तडक दुसऱ्याच जागी जाऊन बसला. वहीचे निमित्त काढून अंतोन त्याच्यापाशी गेला. वसंताने न बोलता दुसरीकडे तोंड फिरविले. सुट्टीची वेळ होईपर्यंतचे दोन तास अंतोनला दोन युगांप्रमाणे वाटले. सुट्टी होताच वसंत आपल्याला चुकवून बाहेर जाणार असे मनात येऊन त्याच्या डोळ्यात पाणी उभे राहिले. एकदम वसंतापाशी जाऊन त्याचा हात त्याने घट्ट धरला. चुंबकाने जवळ ओढलेल्या लोखंडाच्या अंगी दूर जाण्याची शक्ती कुठून असणार? वसंताने आपला हात अंतोनच्या हाती राहू दिला.

दोघेही न बोलता बाहेर गेले. व्यायामशाळेच्या आडोशाला जाताच स्फुंदत स्फुंदत अंतोनने कंपित स्वरात हाक मारली, 'वसंत!'

धरणीकंपाने खडकाळ जागीसुद्धा पाणी दिसू लागते. अंतोनच्या स्वरातील कंपाने वसंताचे मन तसेच द्रवले.

'वसंत, माझी चूक सांग मला. मी—'

वसंत गोंधळात पडला.

'आज दूर का बसलास तू?'

'आई म्हणाली—'

'काय!' तूझ्याशी बोलायचं सुद्धा नाही!'

'ते का? मी किरिस्ताव म्हणून?'

'अं हं. माझे बाबा दररोज मारतात आईला!'

अंतोनच्या चेहऱ्यावरील आश्चर्याचा अर्थ वसंताला कळला. 'तुझे वडील तुझ्या आईला मारतात म्हणून मला शिक्षा! खासा न्याय!' असंच त्याची मुद्रा म्हणत होती.

'बाबा मागं नव्हते मारीत आईला!'

अंतोन ऐकतच राहिला.

'सहा महिने झाले. ते बाहेर जातात—'

'कुठं?'

तुझ्या बापाच्या दुकानात!'

अंतोन खाली मान घालून विचार करू लागला.

'आणि घरी आले म्हणजे बडबडतात, आईला मारतात. काल आई किती किती वेळ रडत होती. तिनंच मला सांगितलं की बाबा तुझ्या बापाच्या दुकानात जातात--

'ते गेले नाहीत तर?' अंतोनने प्रश्न केला.

आता आश्चर्य करण्याची पाळी वसंतावर आली. आपल्या वडिलांचे दारूचे व्यसन हे दहा वर्षांचे पोर बंद करणार? बाबा आईचे सुद्धा ऐकत नाहीत! ते या अंतोनचे—

'मग बसशील ना माझ्याजवळ?' अंतोनने विचारले.

'हो'

नंतरचा तास भूगोलाचा होता. मास्तर चंद्राला ग्रहण कसे लागते हे समजावून सांगत होते. दूर बसलेल्या वसंताकडे पाहता पाहता अंतोनला वाटले वसंताच्या व आपल्या मैत्रीलाही ग्रहण लागले आहे. पण चंद्राचे ग्रहण कधी कायम राहिले आहे का? ते लगेच सुटते!

रात्री जेवण झाल्यावर अंतोनने बापाला विचारले 'माणसं दारू का हो पितात, बाबा?'

'इंग्रजी शाळेत हेच शिकवितात वाटतं?'

'पण बाबा—'

‘काय?’

‘त्या वसंताचा बाप आपल्या दुकानात येतो ना?’

‘हो’

‘त्याला आपल्या दुकानात तुम्ही येऊ दिलं नाहीत तर?’

‘तो दुसऱ्या छपराकडं जाईल—’

‘आणि तुला शाळा सोडावी लागेल.’

‘का?’

‘असलं गिऱ्हाईक गेलं तर पैसे कुठून मिळणार तुला शिकायला?’

वसंताचा बाप आपल्या दुकानात दारू प्यायला आला तर आपल्याला शिकायला मिळणार! या विचित्र संबंधाचा अर्थच अंतोनला कळेना. विचार करकरून त्याचे डोके भणभणून गेले. उद्या वसंताला तोंड कसे दाखवायचे हा त्याला प्रश्न पडला. एकसारखा तो या कुशीवरून त्या कुशीवर होत होता. शेवटी काही सुचेना म्हणून तो झोपडीबाहेर आला.

मध्यरात्र होऊन गेली होती. स्वच्छ चांदण्यात सारे जग नाहात होते. पण अंतोनला आपल्या मनात काळोख दाटत आहे असा भास झाला. डोळे मिटून तो तसाच उभा राहिला. समुद्राचा भंयकर आवाज ऐकून त्याच्या अंगावर शहारे उभे राहिले. हजारो दारूबाज तोंडाने बडबडत आणि हाताने छाती बडवून घेत आपल्याकडे धावून येत आहेत असे वाटून धडधडणाऱ्या हृदयाने तो आपल्या झोपडीत शिरला.

दहा : दृष्टिलाभ

परिचय :

ज्यांना डोळे असून पाहता येत नाही आणि कान असून ऐकता येत नाही अशी माणसे जगात फार असतात. दुःखपूर्ण दृष्ये त्यांना दिसतात, करुण स्वर त्यांच्या कानावर पडतात; पण हे सर्व का घडत आहे याचा विचार मात्र त्यांना करता येत नाही. आंधळा ज्या वाटेने जात असतो तीच त्याला बरोबर वाटते. जगात आंधळेपणाने वावरणारी माणसेही कुठल्यातरी रूढ, एकांगी विचारसरणीचा असाच आश्रय करतात. पण मानवी जीवनाचे खरेखुरे तत्वज्ञान अनुभवातून, अनुभवाच्या चटक्यांनी उत्पन्न होणाऱ्या सहानुभूतीतून निर्माण व्हावे लागते.

वर्तमानपत्राच्या एका धोंड्याने द्रव्यप्राप्ती व देशभक्ती ही समाज वृक्षाच्या शेंड्यावरली दोन्ही फळे मी अचूक पाडली होती यात संशय नाही. संपादक बनताच मी विद्यापीठाच्या शिक्षणक्रमावर ताशेरा झाडू लागलो, राजकारणात गांधींना मार्गदर्शक होण्याचा प्रयत्न केला आणि सुधारकांवर असे कोरडे उडविले की, त्यांनी आगरकरांचाच धावा करावा! सुधारकांचा कट्टा द्वेष्टा व सनातन धर्माचा बडा पाठीराखा म्हणून माझा विशेष लौकिक होता. जिल्ह्यात कुठे काही घडो, त्याची हकीकत माझ्या कानी आली की, जोरदार शब्द, उद्गारचिन्हे वगैरे मसाला घालून मी ती चटकदार करीत असे. देवापुढे कोंबडी,बकरे, रेडे वगैरे बळी देण्याच्या चालीचे समर्थन करताना, 'मांसाहारी लोक दररोज हजारो प्राण्यांचा संहार करतात; त्यात आणखी थोडी भर पडली म्हणून काय बिघडतं?' असे लिहायला मी कधीच कचरलो नाही.

आज एका प्रौढ विधवेच्या पुनर्विवाहावर असाच जळजळीत लेख मी लिहिला—— 'ज्या हिंदुस्थानात सीता-द्रौपदीसारख्या पतिव्रता झाल्या, त्यातल्या बायकांनी आता पाट लावावेत काय? केवढी ही हिंदुधर्माची अवनती! लग्नातच असे काय विशेष पुरून ठेविलेले असते? आपल्या आप्तेष्टांच्या घरी स्वयंपाक करणे, त्यांची

धुणी धुणे; मुले खेळविणे वगैरे कामांपासून होणाऱ्या सात्विक सुखापेक्षा लग्नापासून होणारे तामस सुख अधिक महत्वाचे आहे काय?

'परोपकाराय सतां विभूतयः' या कविवचनाप्रमाणे पाहता, विधवेची गणना विभूतीतच करावी लागेल. हे विभूतिपद सोडून त्यांनी सामान्य मनुष्य होणे हा त्यांचा अधःपात आहे. निवृत्ती हाच विधवांचा मुख्य गुण आहे. 'सधवेचा जसा पती हाच देव, त्याप्रमाणे विधवेला देव हाच पती!' अशा वाक्यांनी लेखाचा शेवट करून, फिरायला जायची वेळ झाल्यामुळे मी उठलो व लेख खिशात टाकून प्रो. जोशी यांच्या घरी गेलो.

प्रो. जोशी हे पुण्याच्या एका कॉलेजात इंग्रजी व मराठी या विषयांचे प्रोफेसर होते. आमच्या गावी त्यांची सासुरवाडी असल्यामुळे ते दोन दिवसांपूर्वी इकडे आले होते. आपण होऊन त्यांनी माझी ओळख करून घेतल्यामुळे मला त्यांच्याविषयी —— ते एक आधुनिक कवी असूनही फार आदर वाटत होता. आजचा लेख त्यांना वाचून दाखवायचा अशा इराद्याने मी तो बरोबर घेतला.

जोश्यांच्या—म्हणजे त्यांच्या सासऱ्यांच्या घरी गेलो. ते कसलीशी कविता मोठ्याने वाचीत होते. 'या संपादक', असे माझे स्वागत करून ते म्हणाले, केशवसुतांची ही कविता वाचली आहे का तुम्ही?'

'कसले केशवसुत घेऊन बसला आहात तुम्ही प्रोफेसर साहेब? मोरोपंतांच्या पासंगाला लागणार नाहीत तुमचे ते केशवसुत!'

'काव्याची किंमत ग्रंथाच्या वजनानं का करायची असते?' जोशी म्हणाले.

काय तुमच्या आधुनिक कवितेचे एक एक विषय! म्हणे तुतारी! अहो, वेदान्त, भारत, भागवत, सारं सोडून तुतारी कुठली सुचली हो या बेट्याला? उद्या हे कवी ढोलावर कविता करतील! फुटकी तपेली हे काय कवितेचे नाव की काय? मग फाटका जोडा हा विषय काय वाईट आहे?'

'तो वाद आपण नंतर करू. या ओळी तर पहा केशवसुतांच्या—
साध्याही विषयांत आशय कधी मोठा किती आढळे
नित्याच्या अवलोकने जन परी होती पहा आंधळे'

'काय आहे हो या ओळीत?' मी मोठ्या दिमाखाने म्हटले, 'काय ज्ञानेश्वरांसारखी उपमा आहे, का मोरोपंतांसारखे यमक आहे?'

वाचकाला नवी दृष्टी देण्याचं सामर्थ्य आहे!'

प्रोफेसर साहेब कपडे करून उठल्यामुळे तो विषय जिथल्या तिथेच राहिला. समुद्रापर्यंत आम्ही फिरायला जाणार असल्यामुळे माझा लेख समुद्रावरच त्यांना वाचून दाखवायचे मी ठरविले. प्रोफेसरसाहेबांनी मोत्याला साखळीच्या पाशातून मुक्त केले व बरोबर घेतले. आम्ही अंगणाबाहेर पडतो तोच मोत्याच्या मागोमाग

एक घाणेरडे कुत्रे लंगडत येत असलेले मी पाहिले.

'ही कुठली हो पीडा?' मी विचारले.

'दोन दिवस इथंच अंगणात येऊन बसतंय ते कुत्रं. त्याची गंमत आली का तुमच्या लक्षात?'

'लंगडं आहे ना ते?'

'तैमूरलंग असून समुद्रावर स्वारी करायला निघालंय ते! गोष्ट साधीच पण किती अर्थ भरला आहे तो पहा. मोत्या जिथं फिरायला जाईल तिथं आपण जावं असं या लंगड्या कुत्र्यालाही वाटतं. तुम्ही हाडहुड करा, हाकून द्या,काय वाटेल ते करा! ते आपलं मागून येतंच!'

त्या लंगड्या कुत्र्याला मी थोडेसे धिसपिटावून पाहिले.'क्यावं क्यावं' करीत त्याने सन्माननीय माघार घेतली! पण स्वीकृत मार्ग न सोडणाऱ्या महात्म्याप्रमाणे ते आमच्यामागून येऊ लागले.

रस्त्याच्या एका कडेला निवडुंगाची कुंपणे होती. मोठ्या कमळाप्रमाणे दिसणाऱ्या त्यांच्या फुलांकडे बोट दाखवून प्रोफेसर म्हणाले, 'हे पाहिलंत का आश्चर्य?' मी पाहू लागलो. काटेरी म्हणून निवडुंगाची फुले डोळे उघडून जगाकडे हसत पाहत होती.

'काट्यांनी अंग भरलं असलं तरी निवडुंगाचं हृदयसुद्धा फुलतंच! गुलाब, जाई, जुई यांच्यापेक्षा निवडुंग काही निराळा नाही. तुम्ही त्याची फुले देवाला वाहू नका हवी तर! फुलण्याची संधी मिळाली,एवढ्यावरच तो आनंदित झाला आहे.

ते लंगडं कुत्रं आणि फुलणारा निवडुंग याची जात एकच आहे की काय याचा विचार करीत मी चाललो असताना, समोरून एक भिकारीण येताना दिसली. तिची फाटकी वस्त्रे, तिने खाकेला लावलेली घाणेरडी झोळी उभ्या जन्मात तेलाला स्पर्श न झालेले तिचे केस, वगैरे पाहून मी तर तोंडच फिरविले. ती आमच्या अंगावरून पुढे गेल्याबरोबर प्रोफेसर म्हणाले, 'पाहिलंत का ते?'

'काय'

त्यांनी मागे वळून त्या भिकारणीकडे बोट दाखविले. आपल्या केसात तिने एक बासे फूल खोवले होते.

प्रोफेसर म्हणाले, 'पलीकडे रस्त्यावर पडलं होतं ते फूल.

किती लोकांनी तुडविलं असेल कुणाला ठाऊक! तिनं मोठ्या हौशीनं त्याला डोक्यावर बसविलं की नाही पहा.'

एकाच दिवशी अनेक विलक्षण दृश्ये पाहून राजपुत्र सिद्धार्थाचे जगाविषयीचे मत बदलले व तो बुद्ध होऊन अरण्यात निघून गेला. माझ्या दृढमूल मतांनाही तसाच धक्का बसल्यासारखे मला वाटू लागले. थोडा पुढे गेलो, तो एक भिक्षुक

दोन गाई हाकीत येत असलेला दिसला. त्याने वाकून प्रोफेसरांना नमस्कार केला. तो पुढे गेल्यावर ते म्हणाले, 'या मनुष्याची हकीकत आहे का ठाऊक तुम्हाला? साधीच आहे. पण—'

या साधेपणाच्या समुद्रातून काय काय रत्ने बाहेर पडणार आहेत हे मला कळेना. मी आश्चर्यचकित होऊन ऐकू लागलो.

प्रोफेसर म्हणाले, 'हे पूजा करतात इथं आमच्या घरी! एकटा ब्राम्हण आहे बिचारा घरचा. ना बायको, ना पोर! पण माणसाला स्वस्थ कुठं बसवतं हो? त्याला पोर नसलं तरी ढोर हवं ना? या दोन गाई पाळल्या आहेत पहा त्यानं!'

दूध विकत असेल त्यांचं.

'छे;! चहापुरतं स्वतःला ठेवून बाकी वासरांना प्यायला देतो. काय गुटगुटीत वासरं झालीत म्हणता या गाईची! भिक्षुकीत मिळविलेला सारा पैसा या गाईंच्या बडदास्तीत खर्च करते स्वारी!'

'आश्चर्य आहे बुवा!' वाळवंटातल्या रस्त्याकडे वळताना मी म्हटले. 'आश्चर्य कसले आहे त्यात? आपल्या मोत्यामागून येणारं हे लंगडं कुत्रं,तो निवडुंग,मघाची ती भिकारीण आणि हा भिक्षुक, या सर्वांच्या अंतर्यामी एकच तत्त्व आहे. आनंदाला कवटाळण्याकरिता प्रत्येक जिवाची जगात धडपड चालली आहे. कशावर ना कशावर तरी मनुष्याचा जीव असतोच! या शिवाय त्याच्या हातून संसाराच्या वाळंवंटातील प्रवास होणारच नाही. स्वातंत्र्याकरिता धडपडणारी राष्ट्रं, पुनर्विवाह करणाऱ्या विधवा, संघ करणारे मजूर या सर्वांचा आत्मा एकच आहे! दुसऱ्याला मिळतो तेवढा आनंद आपल्यालाही हवा असं प्रत्येकाला वाटतंच वाटतं!'

आंधळ्याला एकदम दृष्टी यावी तसे मला झाले. खिशातला लेख काढून मी त्याचे तुकडे तुकडे केले व ते वाऱ्यावर फेकून दिले. त्या तुकड्यांमागून ते लंगडे कुत्रे धावले किती सुंदर दृश्य होते ते!

अकरा : आंध्र मलमल

✿✿✿✿✿✿✿✿✿✿✿✿✿✿✿✿✿✿✿✿✿✿✿✿✿✿✿✿✿

परिचय :

ही गोष्ट 'काउटचा पोषाख' या लघुकथेच्या अगदी उलट आहे. त्या गोष्टीत एका लहान मुलाचा उत्कट भावनाशील स्वभाव व्यक्त झाला आहे. या गोष्टीवरून मोठी मानली जाणारी माणसे कधी कधी किती ढोंगीपणाचे वर्तन करतात हे दिसून येईल.

✿✿✿✿✿✿✿✿✿✿✿✿✿✿✿✿✿✿✿✿✿✿✿✿✿✿✿✿✿

तारेचा शिपाई दारात पाहून भ्यायला मी खेडवळही नव्हतो, अगर 'बाईल-माणूस' ही नव्हतो. इतकेच नव्हे,तर 'आम्ही सात आहो' या कवितेवरून मरणाची कल्पना करून घेणारा मास्तरही नव्हतो मी. मृत्यूच्या दारात दंड थोपटून उभे रहायचे आणि त्या क्रूर राक्षसाच्या जबड्यातून माणसे ओढून काढायची हे माझे नित्याचे काम! पण तारेच्या त्या शिपायाला पाहताच माझे मन चरकले हे मात्र खरे.

माझ्या आप्तेष्टांपैकी कुणीही आजारी नव्हते! पण गांधीजींनी पुण्याला उपोषण आरंभिले होते ना!.

थर्मामीटर आणि लेखणी यांचे दूरचे सुद्धा नाते नाही असे काही काही लोक म्हणतात. पण एका स्थानिक वर्तमानपत्रावर संपादक म्हणून माझे नाव झळकत होते. त्यामुळे ती तार पाहताच मला वाटले—काय वाटले ते शब्दात सांगता येणार नाही. मात्र कापऱ्या हातानेच मी तारेचे पाकिट फोडले. तार वाचली आणि माझा जीव भांड्यात पडला. तारेत एवढाच मजकूर होता—

'चंदनवाडी

ताबडतोब निघा. मोठी मारामारी! चारपाच लोकांना बरेच लागले आहे.

-बाबूराव चंदनवाडकर,
जनरल मर्चंट.'

दे.भ. बाबूरावांची तार! काटा लागला म्हणून वाघ कधी ओरडेल का? लगेच चंदनवाडीला जाण्याकरिता मी मोटार-स्टँडवर आलो. स्टँडवर एकसुद्धा मोटार नव्हती. पण माझ्या मनात मात्र शेकडो मोटारींप्रमाणे विचारांचा गोंधळ सुरू झाला होता.

चंदनवाडीला मारामारी? आहे काय हे? कल्पवृक्षाखाली मनुष्य उपाशी मरेल का कधी? चंदनवाडी म्हणजे सत्याग्रहाच्या चळवळीत गाजलेले खेडे! चंदनाप्रमाणे तिथले लोक झिजले, चंदनाप्रमाणे त्यांच्या कीर्तीचा सुगंध पसरला, खुद्द गांधीजींनी त्यांची पाठ थोपटली! चळवळीच्या वेळी मी एखाद्या केस करिता तिथे गेलो तर हुळहुळ्या मुंग्या जमतात तसे ते लोक एकदम जमत माझ्याभोवती आणि विचारीत—

'डॉक्टर, कसलं आहे हे तुमच्या शर्टाचं कापड?'

'देशी गिरणीचं!'

'गिरणीचं? छे:छे:छे:! डॉक्टर गिरणीचं कापड वापरणं हराम आहे. खादी वापरा! खादीशिवाय तरणोपाय नाही आपला! खादी म्हणजेच स्वराज्य, खादी म्हणजे स्वदेश, खादी म्हणजेच—

पाठ केल्यासारखे बोलत असत ते सारे लोक. मला त्यांचे कौतुक वाटे मोठे! मराठी चार इयत्ता शिकलेले व्यापारी! गिऱ्हाइकांच्या डोळ्यात धूळ टाकून आपली तुंबडी कशी भरायची हे पहायचे सोडून ते खादी, मीठलूट आणि सत्याग्रह इत्यादी भानगडीत पडले हे मोठे आश्चर्य नव्हे का? घरातला कुत्रा सिंहासारखी गर्जना करू लागलेला पाहून बाळगोपाळांना जेवढा विस्मय वाटणार नाही तेवढा मला त्यावेळी त्यांची ही वाक्ये ऐकून वाटे. त्यांचे ते जाड खादीचे लांब अंगरखे,धुवट टोप्या, हातातल्या टकळ्या,'मंत्र हाचि बोला वंदे मातरम्' या पदाचे भसाड्या सुरातले होणारे गायन, टपाल आले की, पोस्टाच्या दाराशी वर्तमानपत्रे नेण्याकरिता होणारी गर्दी, घरोघरी दिसणारे गांधींच्या दांडी यात्रेचे फोटो, हे सारे पाहून मी मनात म्हणे, दगडादगडांतसुद्धा फरक असतो. वाटेल त्या दगडाच्या मूर्ती होत नाहीत. या अशिक्षि व्यापाऱ्यात आहे, ते माझ्यासारख्या सुशिक्षित डॉक्टरांत सुद्धा नाही!'

या साऱ्या गोष्टींची मनात उजळणी करीतच मी चंदनवाडीला आलो. तडक बाबूरावांच्या घरी गेलो. ते कपाळावर पट्टी बांधून पडले होते. जखम काही मोठी नव्हती तशी! मला वाटले- या मंडळींनी काही तरी चळवळ केली असावी आणि पोलीसांनी त्यांना लाठ्यांचा प्रसाद दिला असावा!

बाबूरावांचे समाधान करण्याकरता मी म्हणालो,'धन्य आहे बाबूराव तुमची!'

'धन्य! जबर जखमी झालो आहे म्हणून सर्टिफिकिटात लिहून द्या तुम्ही! म्हणजे दाखवितो या लोकांना इंगा!'

'कोर्टात जाणार की काय तुम्ही!' गांधीभक्ताने कोर्टात जाणे हे पूजेला

येणाऱ्या पुरोहिताने मासळी खाण्याइतकेच मला अशक्य वाटत होते!

'कोर्टात? हायकोर्टात जाईन, प्रिव्हि कौन्सिलपर्यंत जाईन—' माझ्या दुर्दैवाने प्रिव्हि कौन्सिलपेक्षा वरिष्ठ कोर्ट नव्हते, नाहीतर बाबूरावांच्या वक्तृत्वाची चढती कमान मला या वेळीच पहायला मिळाली असती! त्यांचा अभिनय पाहून समुद्र उल्लंघन करायला निघालेल्या दशावतारी नाटकातील मारुतीची आठवण झाली मला.

'पण कोर्ट म्हटलं की पाण्यासारखा पैसा-'

'हवेसारखा पैसा खार्च करीन. पण या हरामखोरांना एकदा अद्दल-'

एवढे गांधीभक्त बाबूराव आज कोर्टाची पायरी चढण्याची भाषा का बोलू लागले तेच मला कळेना.

'कारण तरी काय झालं या मारामारीला?

'कारण? गांधीजींचं उपोषण!'

मला वाटलेच होते. त्या उपोषणानिमित्त मंडळींनी मिरवणूक काढली असावी. पोलिसखाते म्हणजे काय, कुरापत काढायला टपूनच बसलेले असते ते?

'कुठंशी झाली ही मारामारी?

'पोस्टाच्या दारातच!'

मी दुविध्यात पडलो. पोस्टाच्या दारापुढून मिरवणूक पुढे जायला रस्ताच नव्हता!

बाबूरावांनी विचारले, 'आमच्या या गोंधळात तुम्हाला विचारायचं राहिलंच! गांधीजींची प्रकृती कशी आहे?

'ठीक आहे. तुमच्यासारख्या कट्ट्या अनुयायांची प्रार्थना काही फुकट जात नाही!' मी त्यांच्या पैरणीच्या तलम कापडाकडे पाहात म्हटले, त्यांच्या ते लक्षात आले असावे! ते गंभीर मुद्रा करून म्हणाले, आंध्र मलमल आहे ही! सव्वा रुपया वार! उन्हाळ्यात जाड खादी तर मानवत नाही- तेव्हा-'

मी अगदी थिजूनच गेलो. बायकोसाठी सव्वा रुपयाची पेटंट औषधाची बाटली घ्यायला कचरणारा हा कद्रू व्यापारी! तीन वर्षं झाली चळवळीला! पण स्वारी अजून खादीचं असिधाराव्रत पाळीत आहे! मी मोठ्या आदराने त्यांच्याकडे पाहू लागलो. अशा मनुष्यावर पोलिसांनी वाटेल तशी लाठी चालवावी म्हणजे काय? अतिशयोक्ती हा वैद्यकीचा अलंकार नाही हे ठाऊक असूनही सर्टिफिकिटात बाबूरावांना काळजी करण्यासारखी जखम झाली आहे असे लिहायचे मी ठरविले.

'या मास्तरसाहेब!' बाबूरावांचे स्वागतपर भाषण ऐकून मी दाराकडे पाहिले. पोस्टमास्तर आत येत होते.

'मग काय? देणार ना साक्ष मास्तर?' बाबूरावांनी प्रश्न केला.

'हे पहा बाबूराव, आम्ही पडलो सरकारी नोकर! शिवाय दोन्ही बाजूंचा ऋणानुबंध-'

'ऋणानुबंधापेक्षा सत्य सहस्रपटींनी श्रेष्ठ आहे!' माझ्या अंगातील संपादक एकदम जागृत झाल्यामुळे मी बोलून गेलो. डॉक्टर हा आपल्या बाजूचाच वकीलही आहे असे पाहून बाबूराव चहाची व्यवस्था करण्याकरिता आत गेले.

'कुठं झाली ही मारामारी?' मी मास्तरांना विचारले.

'अगदी पोस्टाच्या दारातच!'

'अन् तुम्ही उघड्या डोळ्यांनी बघत होता सारं?' तुम्ही भागूबाई आहात, असे दृष्टिक्षेपाने दर्शवीत मी उद्गारलो.

'मग काय करायचं?'

'मध्ये पडून-'

'मध्ये पडून तुमची बिलं भरायची!' हसत हसत मास्तर म्हणाले.

'मी अगदी बाबूरावांची कड घेऊन लिहिणार आहे उद्याच्या अंकात. लोक म्हणजे काय उंदीर वाटतात वाटतं सरकारला? हे उंदीर उद्या सिंह होतील-'

वाफेने उघडणारे झाकण वरच्यावर कुणीतरी उचलून न्यावे त्याप्रमाणे पोस्टमास्तर मध्येच मला थांबवून म्हणाले, 'सरकारचा काय संबंध आहे यात? या खेड्यात तारहपीस ठेवलंय हाच काय तो सरकारचा गुन्हा!'

'वडाची साल पिंपळाला लावू नका अशी! तार-हपीस नसतं तर काय ही मारामारी झाली नसती?'

'वादाचं मूळच खुटलं असतं मग!'

'म्हणजे?'

'गांधीजींची प्रकृती कशी आहे याची तारेने चौकशी करण्याची इच्छाच झाली नसती या लोकांना!'

'तारेचा काय संबंध आहे या मारामारीशी?'

'वा: डॉक्टर! रामानं रावणाला मारलेलं ठाऊक आहे तुम्हाला! पण रामाची सीता कोण याचा मात्र पत्ता नाही! गुरु आहात अगदी!'

मी आश्चर्याने त्यांच्याकडे पाहू लागलो. ते स्वर खालावून म्हणाले, 'गांधीजींच्या प्रकृतीची चौकशी तारेनं करायचं ठरलं इथल्या व्यापारी मंडळींत. उत्तराचे पैसेसुद्धा भरायचं ठरलं. तेव्हा सव्वीस आण्यांकरिता वर्गणी केली बाजारात-'

'वर्गणी? सव्वीस आण्यांकरिता वर्गणी?'

'हो! गांधीजींचं क्षेम कळून आनंद होणार तो सगळ्यांना! मग तारेचे पैसे सगळ्यांनी द्यायला नकोत का?'

'बरोबर आहे!'

'सारी वर्गणी जमली पंचवीस आणे! तेव्हा बाबूरावांनी पदरचा एक आणा घातला अधिक!'

कर्ण जर आजमितीला हयात असता तर, त्याने बाबूरावांना शरणचिठ्ठी लिहून दिली असती असे माझ्या मनात आले.

'पण एक आण्याचा मोबदालाही घेतला त्यांनी भरपूर!'

'तो कोणता?'

'त्यांनी तारेखाली नाव घातलं स्वत:चं. ते बाकीच्यांना लगेच कळलं! मग काय? बाबूरावांच्या पक्षाच्या काठ्या आणि दुसऱ्या पक्षाच्या लाठ्या-'

मारामारीवर पडलेला हा प्रकाश पाहून मनात हताश होऊन पोस्टमास्तरांच्याकडे पाहू लागलो. त्यांच्या हाफशर्टाकडे माझे लक्ष गेले. ती मलमल हातात घेऊन मी विचारले, 'तुम्ही नि बाबूरावांनी एकेच ठिकाणी खरेदी केली वाटतं?'

'हो एकाच दुकानात. एकाच वेळी!'

'इतके देशभक्त कधीपासून झालात बुवा?'

'म्हणजे?'

'सव्वा रुपया वार असलेली आंध्र मलमल नाही का ही?'

मास्तर हसत उत्तरले, 'आजच्या वर्तमानपत्रात धरणीकंपाची बातमी- बितमी आहे की काय?'

'का?'

'आंध्रप्रदेश-मँचेस्टरच्या बाजूला कधीपासनं गेला?'

माझ्या मनाला मात्र धरणीकंपाचा धक्का बसल्यासारखे झाले!

बारा : जुना कोट

परिचय :

मोहाचे क्षण प्रत्येकाच्या जीवनात येतात. एका संसारी मनुष्याच्या आयुष्यातील असाच एक विलक्षण क्षण या कथेत चित्रित केला आहे. तो मनुष्य अगदी कड्याच्या टोकावर गेला होता. त्याच्या डोळ्यावर मोहाची धुंदी चढली. पुढे पाऊल टाकण्याकरिता त्याने पाय उचललासुद्धा होता- एका क्षणात त्याचा अध:पात झाला असता! पण एका चिमुकल्या जिवाच्या अंत:करणातून येणारा दिव्य प्रकाश त्याच्या डोळ्यांवर पडला आणि ते क्षणार्धात उघडले.

देशावरल्या मनुष्याला कोकणात गेल्याबरोबर अगदी नव्या सृष्टीत प्रवेश केल्याचा भास होतो. कुणी म्हणले, दिवाळसणाकरिता सासुरवाडीला जाणाऱ्या जावयाला तसे वाटायचेच! त्यातून गरिबीतून वर आलेल्या गृहस्थाचा लाडक्या लेकीचा दिवाळसण! मग जावईबापू कुरकुर कशाला करतील?

हिरव्यागार गोष्टींचा तारुण्याशी नि:संशय काही तरी गूढ, निकट संबध आहे. त्यामुळे सासुरवाडीच्या सोप्यावरून दिसणारे समोरचे हिरवे माड, भोवतालच्या हिरव्यागार केळी, अंगणातील किंचित् काळसर-हिरव्या अशा उंच उंच तुळशी, यांच्याकडे सहज नजर गेली तरी माझ्या मनात येई-देशावरला प्रदेश निर्माण केल्यानंतर फार उशिरा देवाने कोकण घडविले असावे. जुन्या घरातून नव्या बंगल्यात राहयला गेले, अथवा जुना कोट बोहऱ्याला देण्याकरिता आईच्या अंगावर टाकून नवा अंगात घातला, म्हणजे मन त्या नाविन्याने क्षणभर हुरळून जातेच की नाही? कोकणातल्या सृष्टीने मी असाच मुग्ध होऊन गेलो होतो! नरकचतुर्दशीच्या दिवशी पहाटे सोप्यावर लावलेल्या पणत्यांनी अंगणातला अंधार उजळून टाकला, तेव्हाची शोभा काही विलक्षणच होती. भोवतालच्या भंडाऱ्यांच्या घरांतून 'गोविंदा, गोविंदा' म्हणून जो गोड कल्लोळ ऐकू येत होता तोही मला मोठा मौजेचा वाटला.

नरकचतुर्दशीला तिकडे चावदिवस म्हणतात. दूधपोहे, गूळपोहे, सर्व तऱ्हांचे पोहे चावण्याचे काम शेजारीपाजारी जाऊन या दिवशी करावे लागते. म्हणूनच त्याला हे नाव पडले असावे! घरातले सर्व मंगल संस्कार झाल्यावर सासऱ्यांबरोबर बाहेर जाणे मलाही प्राप्त होते. मी नखशिखान्त नव्या कपड्यांनी नटून माझ्या खोलीबाहेर आलो तो एक फार जुनापुराणा दिसणारा कोट अंगात घालून उभे! मी स्वस्थ राहिलो. म्हटले, त्यांना कोटबिट बदलायचा असेल अजून. पण त्यांनी 'झालं ना?' म्हणून विचारताच, 'हो' हे उत्तर माझ्या तोंडातून निघूनही गेले.

त्या दिवशी निरनिराळ्या घरी मी खाल्लेल्या पोह्यात चांगले कुठले होते, हे घरी आल्यावर बायकोने फिरूनफिरून विचारले तरी मला सांगला येईना. एका ठिकाणी तर, खडा चावल्यानंतर माझे लक्ष गेले होते तिकडे. मी एकसारखा एकच विचार करीत होतो-आज सणावारी माझ्या सासऱ्यांनी महायुद्धापूर्वीचा हा कोट का घातला आहे? चिक्कूपणामुळे? छे:! त्यांचा दुसरा चांगला कोट मी पाहिला होता. शिवाय लग्नात आणि आता दिवाळसणात हाताची मूठ घट्ट धरण्याचा त्यांचा स्वभाव नाही, हा प्रत्यक्ष अनुभव आला होता मला. माझ्या बायकोच्या लहानपणी ते एका व्यापाऱ्याच्या पेढीवर साधे कारकून होते हे खरे. पण थोरला मुलगा वकील झाल्यावर लक्ष्मीची कृपादृष्टी त्यांच्या घरावर एकदम वळली होती. मग हा कोट? विक्षिप्तपणा म्हणावे, तर दुसरे एकही उदाहरण आठवेना तसले. इथून तिथून गोडवा आणि समंजसपणा भरला होता त्यांच्या स्वभावात.

सारी दुपार मी त्यांच्या त्या जुन्या कोटाचा विचार करीत होतो. माझ्या मनात आले-कादंबऱ्यांतील भुयारे आणि सामाजिक गोष्टीतील प्रणयरहस्ये सर्वस्वी खोटी नसावीत. कोकणातील एका खेड्यात उभे आयुष्य काढणाऱ्या कारकुनाच्या चरित्रातही जुन्या कोटाचे गौप्य असतेच की! मात्र या कल्पनेचे माझे मलाच हसू आले. बायकोला विचारावे तर, एखादे वेळी रागही यायचा तिला! नवऱ्याने स्वत:च्या नव्या जरीच्या लुगड्याऐवजी आपल्या बापाच्या जुन्या कोटाकडे लक्ष दिल्याबद्दल अरसिकातही गणना करायची ती माझी! म्हटले, असेल काहीतरी कुळाचार! कोकणात भुताखेतांप्रमाणे असल्या विचित्र गोष्टींचे फार बंड असते असे अनेकदा ऐकले होते मी!

संध्याकाळी आम्ही समुद्रावर फिरायला गेलो. मऊ वाळूतून चालताना पायांना होणाऱ्या गुदगुल्या, ओहोटीमुळे आत गेलेल्या समुद्राची किंचित उदास दिसणारी शोभा, पश्चिमेकडे साजरी होणारी मनोहर रंगपंचमी-विविध रंगांनी रंगलेले ते ढग पाहून मला सुंदर कपड्यांनी भरलेल्या वस्त्रभांडाराची आठवण झाली! आणि लगेच, का कोण जाणे, माझी नजर माझ्या सासऱ्यांच्या जुन्या कोटाकडे वळली. त्यांच्याही ते लक्षात आले असावे.

'संकोचानं वागू नका हं इथं.' ते प्रेमाने म्हणाले.

मी प्रथम नुसता हसलो. मग क्षणभर थांबून एकदम धीर केला आणि म्हटले,

'एक गोष्ट विचारू का तुम्हाला?'

'दिवाळसणाला हवं ते मागण्याचा हक्कच आहे की जावयाचा!'

मी त्यांच्या कोटाकडे निरखून पाहत आहे हे त्यांनी ओळखले. ते अगदी मोकळेपणाने हसले-

'ह्या कोटाची कथा म्हणता? अगदी साधी आहे ती!'

'पण-' ह्या एका शब्दाच्या उच्चाराने माझी उत्सुकता त्यांना पूर्णपणे कळली.

ओहोटीमुळे रिकाम्या पडलेल्या वाळवंटाच्या भागाकडे त्यांनी टक लावून पाहिले. नंतर माझ्याकडे वळून ते बोलू लागले, 'पंचवीस वर्षापूर्वीचा कोट आहे हा! पाच वर्षे एकसारखा वापरून टाकून द्यायला निघालो होतो तो मी! निघालो होतो काय, देऊन टाकलाच होता म्हणाना! पण-

मनी झाली त्या वर्षीची गोष्ट. पायगुणाची पोरगी आहे हं मोठी!'

मला मनातल्या मनात हसू आवरेना. माझी पत्नी मोठ्या पायगुणाची कशावरून? तर टाकून द्यायच्या लायकीचा कोट तिचे वडील भर दिवाळीत घालू लागले म्हणून वा:! तिचा असला पायगुण माझ्या आयुष्यात न दिसेल तर बरे!

पुन्हा समोरील भयाण सुकतीकडे पाहत ते म्हणाले, 'मनीच्या जन्मापूर्वीच्या आमच्या गरीबीची कल्पना येणार नाही तुम्हाला. तुमची गोष्ट कशाला हवी? आता स्वप्नात ते दिवस दिसू लागले तरी, मन कसं गुदमरून जातं माझं! हा समुद्र आटला तर, मन कसं गुदमरून जातं माझं! हा समुद्र आटला तर, समोरचा देखावा पहायला क्षणभर तरी कुणी बसेल का इथं?'

अनुभवाची तीव्रता मनुष्याला कवी करू शकते हे त्यांच्या या एका वाक्यावरून दिसत होते.

'आमचा संसारही तसाच होता वीस वर्षापूर्वी. दुकानावरली तीस रुपयांची नोकरी. नाही म्हटले तरी, पाचसहा माणसे मध्यान्हकाळी पानावर बसायची. थोरला मुलगा खूप हुषार! इंग्रजी सातवीत गेला होता तो. एकीकडे त्याचा वाढता खर्च. दुसरीकडे घरात दिवस गेलेले. डोहाळेही मोठे खडतर होते मनीच्या वेळचे. मदतीला माणूस ठेवावं असं खूप वाटे! पण ते ठेवायचं कशाच्या बळावर? एके दिवशी तिची द्राक्षांवर इच्छा गेली. बेळगावहून ती आणणं माझ्या दृष्टीनं कठिणच होतं. पण बायकोला एवढंही सुख देता येऊ नये याचं फार वैषम्य वाटलं मला. मी द्राक्षं आणवली. ती खाताना, दर वेळी ती आदरून म्हणे- 'यापेक्षा स्वत:ला नवा कोट केला असता तर?'

त्यांच्याकडे मला पहावेना. जगात घरोघर दारिद्र्य किती भयंकर थैमान घालीत असते, याचा अनुभव माझ्यासारख्या सुखवस्तू मनुष्याला कुठून येणार? ज्वालामुखीच्या पोटातले कढ हिमालयाला कधीच कळायचे नाहीत!

आवंढा गिळून ते पुढे सांगू लागले, 'त्या वेळी दिवाळी जवळ आली होती अगदी. दुकानाचा जमाखर्च बहुतेक पुरा झाला होता. मालकांनी तिजोरीतली शिल्लक मोजली. सारे काही बरोबर जमले. मध्यंतरी पाचशे रुपयांची एक रक्कम अनामत येऊन पडली होती, पण तिची आठवणच नव्हती त्यांना. एका बाईच्या पैशाची भानगड होती ती. तसला हिशेब जमाखर्चाला कधीच लागत नसतो! पैसे परत करायचे म्हणून कपाटातल्या वरच्या कप्प्यातल्या जुन्या कागदपत्रांच्या रुमालात मालकांनी शंभरशंभराच्या पाच नोटा ठेविल्या होत्या. त्या ठेविल्या त्याच्या दुसऱ्याच दिवशी ते विषमाने आजारी पडले. बरेच दिवस ते दुकानावर आले नाहीत. दुसरे दोन भाऊ सर्व व्यवहार पाहात. त्यांची व्यसने काही कमी नव्हती. एक-दोनदा तिजोरीतले पैसेही उचलले होते त्यांनी. त्यामुळे पुढे मागे या पैशांची मालकांना आठवण झाली, तरी प्रकरण माझ्या अंगावर शेकण्याचा संभव नव्हता. जवळ जवळ पंधरा वर्षे मी दुकानावर होतो. नारळाच्या बोंड्यालासुद्धा कधी हात लावला नव्हता मी त्यांच्या! त्यामुळे त्यांना माझा संशय येण्याचा संभव नव्हता, ते पाचशे रुपये परस्पर उचलण्याचा मोह अगदी अनिवार झाला मला.'

मी त्यांच्याकडे पाहिले. त्यांनी आपली दृष्टी दुसरीकडे वळविली होती. संध्यारंग नाहीसा घेऊन काळसर छाया पाण्यावर नाचू लागल्या होत्या.

ते बोलू लागले, 'कुणी काही म्हणो, ज्याला उभ्या आयुष्यात कधीही कसलाही मोह पडला नाही, असा मनुष्य जगात असेल की काय याची शंकाच वाटते मला! खुद्द माझे मालक तांदुळाच्या गोणामागे रुपया दोन रुपये गरिबांकडून उकळून गबर होत असलेले मला दिसत होते. मराठी शाळा तपासायला येणारे अधिकारी दरिद्री मास्तरांकडून काथ्यापासून काजूपर्यंत तऱ्हेतऱ्हेचे जिन्नस नेत, हे मी डोळ्यांनी पाहात होतो. जत्रांतल्या जुगारात पैसे मिळवून बांधलेली दुमजली घरे माझ्या डोळ्यापुढे उभी होती. माझ्या बायकोच्या अंगावर फुटका मणी नव्हता; पण गावच्या कुळकर्ण्याने महिना दहा रुपये पगाराच्या आधारावर आपल्या बायकोला सोन्याने मढवून काढली होती. माझे मन म्हणू लागले, ही सारी लहानमोठी पापे जगाला चालतात! या पापी लोकांचा सगळीकडे उदोउदोही होतो. मग ही सोन्यासारखी संधी आली असताना, तू जर तुकारामाचा आव आणशील तर तुझ्यासारखा करंटा तूच. कुटुंबाच्या सत्यानाशाचे खापर तुझ्याच डोक्यावर फुटेल! एका कोटाची काय कथा! तुला बायकोचे कष्ट कमी करता येतील. तुझा मुलगा हुशार आहे. त्याला कॉलेजात जायला पहिल्यांदा मदत हवी- ती मिळेल! मुलगा शिकून सवरून चांगला मिळविता झाला की, कुटुंबाचे पांग फिटतील. जग सावांचे नाही, चोरांचे आहे! मात्र चोराने असे चालले पाहिजे की, आपल्या पावलांचा पुसट मागसुद्धा मागे राहू नये!'

ते बोलत होते ते अक्षरशः सत्य होते. पण किती कटू! मनुष्याच्या प्रत्येक पिढीबरोबर सत्यावर बसलेली कटुपणाची पुटे कमी होण्याऐवजी वाढावीत अशीच

देवाची इच्छा आहे का?

'संध्याकाळी त्या नोटा घरी न्यावयाच्या, असा निश्चय करूनच त्या दिवशी दुपारी मी दुकानात निघालो. कोटाच्या खिशात हात घालून पाहिले. महिन्याचे पाच दिवस अजून जायचे होते. पगारापैकी फक्त एक रुपया, सात आणे शिल्लक होते. मी विचार केला- उद्या आपल्या हातात पाचशे रुपये यायचे आहेत. मग आज हात थोडा सैल सोडायला काय हरकत आहे? कशी छान मासळी आली होती त्या दिवशी बाजारात. एकदम चार आण्यांची घेतली मी. पिकी केळी, दोन भाज्या, सात आण्यात जिवाची मुंबई करून टाकली घटकेत. फक्त एक रुपया खिशात शिल्लक ठेवून मी घरी आलो.

माझ्या हातातला बाजार पाहून बायको चकितच झाली. तिला वाटले, कुणीतरी बडा पाहुणा येणार आहे आज आपल्याकडे. पाहुणाबिहुणा कुणी नाही हे सांगताच तर, तिचे आश्चर्य अधिकच वाढले. आपल्या नवऱ्याला वेडबिड तर लागले नाही ना, अशी शंकासुद्धा आली असेल तिच्या मनात. पण मी त्या पाचशे रुपयांच्या धुंदीत होतो. विमानात बसण्याचा योग आला नाही अजून मला. पण उंच गेल्यावर जमिनीवरल्या साऱ्या वस्तू लहान मुलांच्या खेळण्यांसारख्या दिसत असतील तिथून! कुठल्याही धुंदीत इतर सर्व व्यवहार असेच क्षुद्र वाटतात मनुष्याला.'

आता चांगलाच काळोख पडला होता. पश्चिम दिशा पूर्णपणे काळवंडून गेली होती. काळ्याकुट्ट दिसणाऱ्या समुद्राच्या लाटांच्या आवाजातही एक प्रकारची भीषणता भासत होती. माझे प्रेमळ सासरे माझ्याशी बोलत नसून कुणा तरी कठोर, अनोळखी मनुष्याच्या तोंडून मी ऐकत असलेले शब्द येत आहेत अशी विचित्र कल्पना माझ्या मनात येऊन गेली.

पुढ्यातल्या वाळूशी हाताने चाळा करीत ते म्हणाले, 'मी जेवून उठतो न उठतो तोच एक गरीब मुलगा दत्त म्हणून माझ्या दारात आला. आठवड्यातून एक वार पाहिजे होता त्याला. माझे मन कळवळले. पण दुसऱ्याकरिता चार पैसे तरी खर्च करण्याची शक्ती मला कुठे होती? एकदा वाटले, पाचशे रुपयांचे पाप पचवायचे आहे आपल्याला. असे एखादे पुण्य गाठी असले तर, परलोकात उपयोग होईल त्याचा! पण हा विचार आला तसा गेला. स्वतःची मुलेसुद्धा एखादे वेळी जिथं जड वाटू लागत, तिथे-माझा नकार कानावर पडताच तो गयावया करून म्हणाला, 'एखादा जुना कोट तरी द्या घालायला!' मी विचार केला-आता कोटांना काय तोटा आहे आपल्याला? द्यावा तो जुना कोट त्याच्या अंगावर फेकून. लगेच कोट त्याच्या अंगावर टाकून जड जेवणाने आलेली सुस्ती घालविण्याकरिता मी आडवा झालो. घटकाभर डोळा लागला असेल नसेल! एकदम झोपेत वाटले मालकांचे धाकटे भाऊ कपाट उघडून ते धुंडाळीत आहेत. त्या दप्तरातले नोटांचे

पाकीट त्यांना दिसायला काय वेळ? पुऱ्या झालेल्या हिशोबात ही रक्कम नाही हे स्वारीच्या लक्षात यायला उशीर लागणार नाही. पूर्वी प्रत्यक्ष तिजोरीतल्या रकमा जिथे गृहस्थाने बेशक उचलल्या होत्या, तिथे-

स्वत: पकडलेला उंदीर एक मांजर दुसऱ्याला कधी तरी देईल का?

मी ताडकन् उठलो आणि पैरण घालू लागलो. बायको म्हणाली, 'ऊन थोडं खाली होऊ दे की-'

मी उत्तर दिले, 'दिवाळी आली आहे ना? हिशेबाच्या कटकटीतून मोकळं व्हायला हवं एकदा!' ती बिचारी काय बोलणार? संध्याकळी बाजारातून येताना चहासाखर आणायला तिने सांगितले. चहासाखर आणायची पण पैसे? शिल्लक असलेला अवघा एक रुपया त्या देऊन टाकलेल्या कोटातच होता! खिसे चांगले पाहून दिले होते मी. पण तो काही कुठे हाताला लागला नाही त्यावेळी! माझे मनही स्थिर नव्हते तेव्हा! विचार केल्यावर आठवले त्या कोटाचा उजवा खिसा फाटका आहे. तेव्हा तो रुपया त्यात कुठेतरी जाऊन बसला असेल. मनात आले- तो मुलगा आता थोडाच परत आणून देणार आहे तो रुपया? जगात लबाडी काही शिकवावी लागत नाही कुणाला. आज संध्याकळी पाचशे रुपये हातात आले तरी, त्यातली शंभराची नोट काही इथल्या बाजारात मोडून चालणार नाही. काही झाले तरी, उधारी करायची नाही या माझ्या बाण्याला हरताळ लागण्याचा प्रसंग आला.

त्यामुळे असेल, किंवा दिव्याखाली अंधार असतो त्याप्रमाणे मोहाच्या मागोमाग मनस्ताप येतो त्यामुळे असेल, वाटेने जाताना माझे मन सुन्नच होते.

मी दुकानापासून जवळ जवळ हाकेच्या अंतरावर गेलो असेन! कुणीतरी मागून जोरजोराने ओरडत आहे असे मला वाटले. वळून पाहतो तो, दुपारी ज्याला कोट दिला होता तो मुलगा धावत येत होता. मी जागच्या जागी थांबलो. तो येऊन धापा टाकीत उभा रहिला. त्याच्या कपाळावरून घामाच्या धारा निथळत होत्या. बिचारा इतका दमला होता की, त्याच्या तोंडातून शब्दच फुटेना. पण आपल्या डाव्या खाकेतल्या त्या जुन्या कोटाकडे बोट दाखवून त्याने घामाने ओला चिंब झालेला एक रुपया माझ्या हातात ठेवला. त्या रुपयाच्या स्पर्शाने मला काय वाटले हे सांगणे अगदी अशक्य आहे. अर्धांगवायू झालेल्या शरीराच्या भागांची हालचाल विजेच्या उपायाने सुरू होते असे मी ऐकिले होते; मोहाने निश्चेष्ट झालेल्या माझ्या मनावर त्या रुपयाचा तसाच परिणाम झाला!'

बोलता बोलता ते एकदम थांबले. डोळ्यांत उभे राहिलेले पाणी त्यांनी झर्कन् पुसून टाकले असाही भास झाला मला. मी समोर पाहिले. अंधार पडून पुष्कळ वेळ झाल्यामुळेच की काय, तो आता उजळल्यासारखा दिसत होता. समुद्राच्या लाटांच्या आवाजातली मधुर तालबद्धताही आताच प्रथम माझ्या ध्यानात आली. ते पुढे

म्हणाले-

'भर उन्हातनं धावत आलेल्या त्या मुलाला घेऊन मी दुकानावर गेलो. मालक तक्क्या उशाशी घेऊन लवंडले होते. त्यांनी आश्चर्याने विचारले, 'इतक्या उन्हाचेसे आलात?' मी काहीच उत्तर दिले नाही. 'हा मुलगा कुठला?' 'गरीब आहे बिचारा. वार हवाय् त्याला एक.' मालक चटकन् 'येऊ दे की आमच्याकडं' असे काही तरी म्हणतील अशी आशा होती मला. पण डोळे मिटून ते स्वस्थ पडले. मी पेटीवरल्या किल्ल्या घेऊन ते जुने दप्तर काढले आणि त्या पाचशेच्या नोटा हातात घेऊन आलो. 'हे पाचशे रुपये-'

माझे शब्द ऐकताच मालकांनी डोळे उघडले. त्या रकमेची हकीगत ऐकताच त्यांनी माझ्याकडे विलक्षण नजरेने पाहिले. मनुष्य इतका प्रामाणिक असू शकतो ही कल्पनाच नव्हती त्यांना. त्यांनी त्या मुलाला वार दिला. पुढे माझा मुलगा मॅट्रिकमध्ये वर आला तेव्हा त्याला कॉलेजात जायला मदतही केली. या कोटाने माझा अध:पात टाळला त्या दिवशी. म्हणून त्या मुलाकडून मी तो परत मागून घेतला. सणावारी मुद्दाम वापरतो तो मी- बाकी, गावातले लोक या कोटामुळेच कद्रु म्हणतात मला.'

हसत हसत ते उठले. मीही टोपीवरील वाळूचे कण झाडीत उठलो आणि समोर टॉर्चचा प्रकाश पाडला. समुद्राला भरती येऊ लागल्याची स्पष्ट चिन्हे दिसत होती. प्रसन्न मनाने वर पाहिले-अंधारात चमकणाऱ्या शुक्राचे तेज किती मोहक दिसत होते!

तेरा : दोन आवाज

परिचय :

कला कलेसाठी की, जीवनासाठी या प्रश्नावर मोठमोठी रणे माजली आहेत. या वादग्रस्त प्रश्नाचे उत्तर खालील रूपककथेत आढळेल.

खळ् - खळ् - खळ् –

बैलांच्या गळ्यातील घुंगुर वाजत होते.

पहाटेची प्रसन्न व प्रशांत वेळ. घुगुरांचा हा मंजुळ आवाज ऐकून एखाद्या कवीला वाटले असते, जागी झालेली सृष्टिबालिका हळूच आपले पाय नाचवीत आहे आणि तिच्या पायातले वाळे छुमछुम वाजत आहेत. दुसऱ्या एखाद्या कवीच्या कल्पनेला भास झाला असता, रात्री क्रीडा करण्याकरिता पृथ्वीवर आलेल्या अप्सरा लगबगीने स्वर्गाकडे परत जात आहेत आणि त्यांच्या पायांतील पैंजण छुमछुमत आहेत.

कर् - कर् - कर्र् - कर्र्र् —

गाडी उताराला लागल्यामुळे चाकांचा कर्णकटू आवाज कर्कशपणाने उमटू लागला. कविजनांनी या आवाजाचाही काव्यमय अर्थ केला असता— जागी झालेली सृष्टिबालिका रडत आहे अथवा रात्री पृथ्वीवर उतरलेली आशाळ भुते किंचाळत नरकाकडे धावत आहेत!

पण त्यांचे हे काव्य घुंगुरांनी वाऱ्यावर फेकून दिले असते. आपल्या गोड गाण्याचा विरस करणाऱ्या चाकांचा मनस्वी राग आला होता त्यांना! घुंगुरांनी तावातावाने गाडीवनाला विचारले,

'कोण रडतंय् हे?'

'रडणं नाही ते!

'रडणं नाही? घुबड, भालू, कवडा- या साऱ्यांचे सूर एक झालेले दिसतात या चाकांच्या आवाजात! बंद करा म्हणावं त्यांना आपलं रडगाणं!'

'उताराला लागली आहे गाडी!'

'उतार नाही नि चढ नाही! असली रडारड मागं लावून घेण्याची मुळीच इच्छा नाही आमची! आवाज कसा हवा! खळ् खळ् खळ् छुम्-छुम् -छुम्-'

गाडीवान विचारात पडला.

तो गप्प बसलेला पाहून घुंगुर त्याला म्हणाले, 'वेड्या, हवीत कशाला ही रडवी चाकं? कशी छान गाडी आहे, सुंदर बैल आहेत, तुझ्यासारखा हाकणारा आहे, गोड गाण्यानं प्रवासाचा शीण नाहीसं करणारे आमच्यासारखे घुंगुर आहेत- दे हकलून त्या चाकांना! मग काय, खळ् - खळ् -खळ्! छुम्-छुम्-छुम्-छुम्-छुम्-'

गाडी कर्रर्र आवाज करीत पुढे चालू लागली.

आणि घुंगुर? त्यांच्या वटवटीला कंटाळून गाडीवानाने त्यांचीच उचलबांगडी केली! ते गाडीतल्या सामानात मुके होऊन पडले होते.

त्यांनी गाण्याचा प्रयत्न केला. पण त्यांच्या तोंडातून स्वरच उमटेना! थोडा वेळ गेल्यावर चाके गाडीवानाला म्हणाली, 'घुंगुरं कुठं आहेत दादा? त्यांना जरा गाणं म्हणायला सांगा की! किती गोड गातात ते! नाही तर आमची ही किरकिर!'

चौदा : झबले

परिचय :

आपल्या समाजात कळत नकळत स्त्री जातीवर अनेक प्रकारचे अन्याय होत आले आहेत. दोन पिढ्यांपूर्वी सुधारकांपुढे जे प्रश्न उभे होते, त्यांतील निम्म्यापेक्षा अधिक प्रश्न स्त्रियांच्या उन्नतीविषयीचेच होते. हे प्रश्न अजून पुरे सुटले नाहीत हे 'झबले' या गोष्टीवरून दिसून येईल.

✺✺✺✺✺✺✺✺✺✺✺✺✺✺✺✺✺✺✺✺✺✺✺✺✺✺✺✺✺✺✺✺✺✺✺✺

दुकानाच्या पायऱ्या चढून मी समोर पाहिले. माझी दृष्टी काचेच्या कपाटातील त्या झबल्यावर खिळली. शेजारच्या चहाटळ पोस्टमास्तरीणबाई बरोबर नव्हत्या म्हणून बरं झालं, नाहीतर त्या लगेच म्हणाल्या असत्या, 'मालुताई आलं हं लक्षात'! दिवस गेले नाहीत म्हणता आणि झबल्याकडे कशाला हो बघत उभ्या राहता?'

पोस्टमास्तरीणबाईंची जिभली म्हणजे बिजलीच! मी त्या झबल्याकडे का पाहत आहे हे त्यांनी ऐकूनसुद्धा घेतले नसते कधी! त्या काचेच्या कपाटातले बाकीचे कपडे कसे झाडून सारे नव्या तऱ्हांचे होते! आणि ते झबले मात्र—! गुलाबाच्या परडीत मध्येच जास्वंदीचे फूल दिसावे किनई— अगदी तस्सं वाटलं मला! इतर कपड्यांचे रंग कसे फिक्के नि नाजूक दिसत होते. पण त्या झबल्याचा— कुठं कुंकवाची टिकली अन् कुठं कपाळभर भरलेला मळवट!

ब्राम्हणाच्या बाईने शिलाईचे दुकान काढलेले ऐकून ते पाहायला मुद्दाम आले होते मी. आज ते झबले पाहून—

मी त्या झबल्याकडे पाहत असतानाच दुकानाची मालकीण आपल्या खोलीतून बाहेर आली. माझ्याकडे लक्ष जाताच ती म्हणाली, ' या ना आत!' दोनच शब्द; पण ते बोलताना तिच्या ओठांवर मंदमधुर स्मित चमकून गेले. त्या काळ्यासावळ्या बाईचे ते स्मित—

तिने पुढे केलेल्या खुर्चीवर बसता बसता माझी दृष्टी रस्त्यापलीकडच्या तलावाकडे गेली. शांत निळसर पाण्यावर एक कमळ डुलत होते.

'कालच दुकान उघडलं मी'

'कितीशा बायका येऊन गेल्या?'

'एक सुद्धा नाही. तुमचीच भवानी!' ती हसत हसत म्हणाली.

'पुरुष तरी?'

'पुरूषांचं स्टेशनच झालं आहे हे कालपासनं. साधं स्टेशन नाही; अगदी जंक्शन! जो तो दुकानासमोर थांबतो—पाटी वाचतो—'

'त्या पुरुषांना वाटत असेल, झाशीच्या लक्ष्मीबाईचाच आपल्या गावात अवतार झाला की काय!' हे शब्द उच्चारताना मी जीभ चावली. लग्न होई पर्यंत मी मुंबईला राहिलेली. माझी थट्टा या बाईला समजली तर बरं; नाही तर—

मी मोती तलावाकडे पाहिले. सूर्याच्या किरणांनी त्यातले पाणी कसे चमचम चमकत होते. त्या बाईचे डोळेही मला तसेच भासले. ती म्हणाली -

'मोठं भय वाटतय मला!'

'कसलं'

'माझं दुकान चालेल का इथं? तसं गाव मोठं आहे. पण शिंपिणीचा धंदा म्हणजे—म्हण आहे ना, सोनार, शिंपी, कुलकर्णीअप्पा यांची संगत धरू नको बाप्पा!'

'हा उपदेश बाप्पाला आहे. बाईला नाही बरं! माझ्यासारखी बाई ऐकूनसुद्धा घेणार नाही या गोष्टी. म्हणे सोनारांवर बहिष्कार घाला! मग नवे दागिने कुठून मिळणार हो आम्हा बायकांना? आणखी काय—शिंप्याची संगत धरू नका! अन् करा काय? जुनी लक्तरं मिरवीत बसा? शिंपी आहेत म्हणून असल्या ओसाड गावातसुद्धा बायकांना जिवाची मुंबई करून घेता येते. खरं की नाही?

'चांगली वकिली केलीत तुम्ही सोनार शिंप्यांची! पण कुलकर्णी राहिले—'

मला हसू आवरेना. मी का हसत आहे हे तिला कळेना! तिला दुविध्यात ठेवणे बरे नव्हे असे वाटून मीच म्हटले, 'कुलकर्ण्यांची संगत न धरून कसं चालणार माझं? माझं नाव आहे मालतीबाई कुलकर्णी!'

आता तिलाही हसू आवरेना. आम्ही दोघीही इतक्या मनापासून हसलो की, त्या हास्यानेच आमची मने जणू काही, एक करून टाकली! हसण्याचा भर ओसरल्यानंतर मी म्हटले,' तुमचं नाव काय?'

'माझं नाव?' एखाद्याच्या जखमेला धक्का लागला असताना त्याचा जसा चेहरा होतो, तशी हे शब्द उच्चरताना तिची मुद्रा झाली. पण लगेच ते हसण्यावारी नेऊन ती म्हणाली,—

'माझं नाव सुमती. हो खरंच तुम्हाला काय हवं हे विचारलंच नाही मी अजून! पोलका शिवायचाय की ब्लाउझ? का उक्तंच घेणार काही?'

तसे पाहिले तर, मला काहीच घ्यायचे नव्हते. पण देव आणि दुकानदार यांचे रिक्त हस्ताने दर्शन घेणे बरे दिसत नाही. काय घ्यावे याचा विचार मी करते न करते तोच, ते जुन्या पद्धतीचे, भडक रंगाचे झबले माझ्यादृष्टीला पडले. का कुणास ठाउक—कदाचित विरोधभक्तीनेही असेल—मी त्या झबल्याकडे पाहात म्हटले,

'ते हवय मला'.

सुमतीबाईंचे डोळे किंचित ओलसर झाल्याचा मला भास झाला. बिचारीने गेलेल्या एकुलत्या एक मुलाची आठवण म्हणून तर ते झबले ठेवले नसेल ना इथे? मी काही तरी बोलणार इतक्यात तीच म्हणाली -

'विकायचं नाही ते. आपलं नजरेसमोर असावं म्हणून ठेवलयं इथं!.

सुमतीबाईंची नि माझी चांगलीच गट्टी जमली. बिचारी किती सालस आणि सुशील होती. दुर्दैव गुणी माणसांच्या मागे हात धुऊन लागते की काय, कोण जाणे! बापडीला नवऱ्याने टाकले होते. मूल होण्याची तर पाळीच आली नव्हती कधी! भावजयीच्या जाचाला कंटाळून शेवटी शिवणकाम शिकली. आणि—

हे सारे कळल्यावर तर, त्या झबल्याविषयी मला अधिकच नवल वाटू लागले. तिला मूल झाले नव्हते? दुसऱ्याच्या मुलाचे झबले आठवण म्हणून कोण कशाला ठेवील? थंडीच्या दिवसांत तिच्या दुकानाच्या दारात एक भिकारीण एकदा आली. भिकारणीचे मूल अगदी उघडे होते. ती गयावया करून काही मागू लागली. सुमतीने एक चांगले झबले तिला दिले. पण ते भडक झबले मात्र—ते काचेच्या कपाटात सहज दिसेल अशा जागी तसेच राहिले.

स्वतःविषयी ती आपण होऊन केव्हातरी बोले. त्या झबल्याचे नाव तिने शपथेला सुद्धा कधी घेतले नाही. त्यामुळे त्या रहस्याची चुटपुट मला अधिकच लागली. त्यात शेजारच्या पोस्टमास्तरीणबाईंनी, सुमती दर महिन्याच्या महिन्याला कुणातरी बाईच्या नावाने पाच रुपये पाठविते, या बातमीची भर घातली. मग काय विचारता! दर महिन्याला ही पैसे कुणाला पाठविते? त्या बाईपाशी हिचे मूलबिल तर नसेल ना? नवऱ्याने हिला टाकून तर दिले नसेल कशावरून? परक्या गावात बभ्रा होऊ नये म्हणून मूल ठेवले असेल दुसरीकडे—आणि त्याची आठवण म्हणून ते झबले—

मन चिंती ते जन न चिंती! सुमती माझी मैत्रीण. तिच्या विषयी असे विकल्प माझ्या मनात येणे बरे नव्हे, हे काय मला समजत नव्हते? पण राहून राहून मला त्या झबल्याची आठवण होई आणि वाटे—काय वाटे हे सांगायलाच कशाला पाहिजे? गवत कुणी मुद्दाम पेरते का? ते आपोआपच वाढते आणि या वाढलेल्या गवतात साप लपून बसतात!

सुमतीशी अधिक रहस्य करणे बरे नव्हे असे वाटून, मी चार-आठ दिवस

तिच्याकडे फिरकले नाही. पण एके दिवशी तिचा निरोपच आला. नाही कसे म्हणायचे? मी दुकानात जाऊन पाहते तो, सुमती डोळ्यातील पाणी पुशीत आहे. तिच्या समोर ते झबले आणि त्याच्यावर ते पत्र पडले होते. माझ्या काळजात चर्र झाले. सुमतीने त्या बाईपाशी ठेवलेला मुलगा बहुधा गेला असावा!

दुःख व कुतूहल यांनी माझे मन भरून गेले. जणू काही मी एखादे करुण नाटकच पाहत होते.

डोळे पुसून सुमतीने विचारले, 'मालुताई, फार महाग झालात तुम्ही आताशा!'

मी काय उत्तर देणार? रडून रडून तिचे डोळे लाल झाले होते.

तिच्याकडे पाहवेना मला. तिने झबल्यावर पडलेले पत्र माझ्या हातात दिले. मी ते मनातल्या मनात वाचू लागले. तिच्या भावाचे होते ते पत्र!

— आपल्या घरासमोरची चुरमुरे विकणारी काशी चार दिवसांपूर्वी वारली. तिचे वय झालेच होते म्हणा,—या बातमीखेरीज रडण्यासारखे त्या पत्रात काहीच नव्हते. मी ते पत्र परत सुमतीच्या हातात दिले आणि ते झबले हातात घेऊन पाहू लागले. सुमतीच्या मुद्रेवरून ती काही तरी सांगणार आहे असे मला वाटत होतेच. डोळ्यांतील पाणी पदराने पुशीत ती म्हणाली—

'मालुताई, खरं प्रेम जगात कुठं आहे का? प्रेम आहे, सर्व काही आहे ! पण—पण देव्हाऱ्यातल्या दगडावर आम्ही फुलं वाहतो; आणि बागेतल्या फुलांच्या डोक्यात दगड घालतो!

किती विचित्र वाक्य! त्याला उत्तर तरी काय द्यायचे? मी सहज समोर तलावाकडे पाहिले. एक मुलगा पाण्यात पडलेली कळशी वर काढीत असावा. सुमतीही मनाच्या चोरकप्प्यातली गोष्ट मला सांगू लागली—

'मालुताई, रागावू नका हं माझ्यावर. आजपर्यंत कुणापाशीच माझं मन इतकं उघडं केलं नव्हतं मी. पण काशी गेल्यामुळं—माझ्या पोटात काय होतंय म्हणून सांगू! दूध उतू जाऊ नये म्हणून वर पाणी घालतात ना? तस्सं आजपर्यंत मन आवरलं—पण आता ते आवरत नाही हो—काशी गेली—'

घरासमोरच्या चुरमुरेवालीसाठी सुमतीने ओक्साबोक्शी का रडावे तेच मला कळेना. पण पाऊस आणि रडे, नको असली तरी आवरता येतात थोडीच!

'मालुताई, लांबण नाही लावीत हं मुळी! लहानपणीच आई वारली माझी. मरताना आईनं या काशीच्या ओटीत मला टाकलं होतं म्हणाना! तसं पाहिलं तर, ना जातीची ना पातीची. पण न्हाणं माखणं, परकर नेसविणं आजारीपणात भरविणं— लहानपणी सारं सारं केलं हिनं माझं. माझी वरात निघाली.

काशीच्या डोळ्यांचा अगदी पावसाळा झाला होता तेव्हा. मी काशीला नमस्कार केला—तिकडच्या उपरण्याची गाठ माझ्या शेल्याच्या पदराला बांधली होती.

काशीला नमस्कार करायला मी वाकले अन् त्यांना थोडा हिसका बसला. एवढाले डोळे केले त्यांनी!—'उद्या एखाद्या झाडूवालीला नमस्कार करशील!'

ते तिरस्कारानं म्हणाले. सासरी पाऊल टाकायच्या आधीच हा घाव बसला. पुढं तर काय? घावावर घाव! कुत्र्यामांजरांच्या पाळायला आणलेल्या पिलांना माया लागावी म्हणून केवढे आयास लोक करतात! पण लग्न करून आणलेली मुलगी,जणू काही खाटकानं कापायला आणलेलं बकरंच!

'एकानं,'आता काही कोळसे विकत घ्यायला नकोत घरात,' अशी काळेपणावर टीका करावी, दुसऱ्यानं कुंकवाच्या मोजमापाची चर्चा करावी, तिसऱ्यानं चुकून तोंडातून गेलेला शब्द घ्यावा आणि तोच घाशीत बसावं,एक ना दोन! सतरा-अठरा वर्षांच्या अल्लड पोरींची शिकार करण्याकरिता साऱ्यांचे तोफखाने तयार!

'येऊन जाऊन तक्रार करायची ती नवऱ्यापाशी! पण त्याला कान असून ऐकू येत नाही आणि तोंड असून बोलता येत नाही. जाचाला कंटाळून पुष्कळ दिवसांनी मी भावाला एक पत्र पाठविलं. तो आला नि मला घेऊन गेला.

'मी माहेरी आले तेव्हा काशी, तिच्या मुलाला कुठं नोकरी लागली होती, तिकडे गेली होती. भाऊ मला आणायला गेला आहे, एवढं मात्र तिला कळलं होतं. काशीच्या कुशीत डोकं खूपसून लहानपणासारखं रडावं ही माझी इच्छा जिथल्या तिथंच राहिली.

'मागून मला कळलं की, मला घेऊन आल्यावर भाऊनं तिकडे एक खरमरीत पत्र घातलं होतं.

'महिना झाला. दोन महिने झाले. पण तिकडचे बोटभर पत्र नाही की, बोलावणं नाही! काही नाही. माझ्या काळजानं ठावच सोडला. आपण होऊन नाक मुठीत धरून सासरी जावं असं मनात आलं. पण— माहेराहून माझं पाऊल बाहेर पडण्याच्या आधीच सारा सोक्षमोक्ष झाला. एके दिवशी भाऊला एक चार ओळीचं पत्र आलं— 'मातुश्रींच्या आग्रहास्तव व माझ्या सुखासाठी मी दुसरं लग्न केलं आहे. आपल्या बहिणीला इकडं पाठविण्याची तसदी घेऊ नये. पोटगी—' पुढचे शब्द मी कधीच वाचले नाहीत. त्या पत्रातील एक एक शब्द—ते पत्र लेखणीनं लिहिलं नव्हतं! ते शब्द नव्हते-तांबड्या लाल केलेल्या उलथण्यानं माझ्या काळजावर दिलेले डागच होते ते!

'मालुताई, सासरी वागताना मी चुकले असेन! नाही म्हणत नाही मी! पण सारी चूक माझी एकटीचीच होती का? एका झांजेने काही मोठा आवाज होत नाही. पण मातीच्या भांड्यावर पितळेचं भांडं आपटलं तर, मातीचंच भांडं फुटतं!

'मातुःश्रींचा आग्रह! आग लागली त्या आग्रहाला! जळत्या आगीवर पाणी कसं ओतायचं राहिलं एका बाजूला! उलट त्यात पेंढ्या टाकणाऱ्या असल्या कसल्या

या आया? स्वतःच्या लेकींवर असला प्रसंग आला तर-तर जावयाला खाऊ की गिळू असं झालं असतं या मातुःश्रींना!

'माझ्या सुखासाठी दुसरं लग्न केलं'म्हणे! पहिल्या लग्नाच्या सुखाचे ढवढव पडले! आता दुसरं लग्न-या शिकल्या सवरलेल्या पुरुषांच्या अकला परीक्षेतल्या पेपरातच खर्च होऊन जात असतील! माझं सुख! त्यांना सुख हवं होतं! आणि मला-कशात मन रमवीन म्हटलं तर, जवळ मोठीशी विद्या नाही. वयानं तर त्यांच्याहून दहा वर्षांनी लहान-लहांनाना सुखाची गरज नाही! मोठी मात्र मरतात त्याच्या वाचून! घराबाहेर जग नसलेल्या अल्लड पोरींचं संसारसुख! ते जळून खाक झालं तरी चालतं-पण सारं जग मोकळं असलेल्या तिशीतल्या पुरुषांना मात्र-

'देवाब्राम्हणांसमक्ष माझा हात त्यांनी हातात घेतला होता! पण नैवेद्यापलीकडे देवाला नि दक्षिणेपलीकडे ब्राम्हणांना दुसरं काय दिसतं?

'मालुताई,आगबोट लागून माणसं रक्त ओकू लागतात! मला-मला सुद्धा अशीच संसारातील बोट लागली हो! संसाराला समुद्राची उपमा उगीच नाही दिली कुणी ती!

'त्या दिवशी सबंध रात्रभर माझं मन सारखं भरकटत होतं! काचेची चिमणी फार तापली की, तडकते नाही? माझही तसंच झालं. पहाटेच्या प्रहरी उठले आणि हळूच पुढलं दार उघडलं. नदी काही फार लांब नव्हती. वाटलं, आता दोन घटकात शांत होईल सारी आग!

'मी रस्त्यावर यायला अन् काशीच्या घराचं दार उघडायला एकच गाठ पडली. पहाट उजळली होती! त्यामुळे त्या दारातल्या माणसाला मी दिसली असावी! हळूहळू ते मनुष्य पुढं आलं! जवळ येताच ती काशी आहे हे मी ओळखलं. माझ्याकडे बघून ती म्हणाली,'कुठं निघाली माझी बाई? साखरझोपेची वेळ ना ग ही? मी कुठं निघाले होते? कुठं? जगाच्या पलिकडे! पण काशीला ते कसं सांगायचं?

'किती ग वाळली माझी बया!' माझ्या पाठीवरून हात फिरवीत काशी म्हणाली. उकाड्याने शिजत असताना गार वाऱ्याची झुळुक यावी तसं मला झालं.

'केव्हा ग आलीस?' मी विचारले.

'काल रात्री. म्हटलं, बाईला बघावं माझ्या एकदा! मोटार मोडली. नाही तर सांजचीच आले असते बघ!' माझा हात धरून मला आपल्या घरात नेत काशी म्हणाली.

'नदी आणि काशी! नदीचे ते थंडगार पाणी आणि काशीच्या हाताचा तो उबदार स्पर्श! नदीवर या वेळी किणभिण असणार! त्या भयंकर शांततेपेक्षा काशीचे प्रेमळ शब्द किती आनंददायक! कुणासाठी नाही तरी, म्हाताऱ्या काशीसाठी जगावं असं

मला वाटू लागलं.

'काशीनं मला आत नेऊन बसविलं, बोटं जोडून मला ओवाळलं. आणि इडापिडा टळो हा मंत्र म्हटला. बिचारी म्हातारी! माझी पीडा त्या वेळी तिला ठाऊक नव्हती म्हणून बरं!

'काशीनं आत जाऊन एक बोचकं आणलं. आणि ते सोडून आतून हे झबले काढले.

'हे ग काय?' मी आश्चर्याने विचारलं.

'म्हातारीपुढे लाजबीज कशाला माझे बाई! भाऊराया तुला आणायला अवचित गेला तेव्हाच ओळखलं मी म्हातारीनं! तुला बघूनच जाणार होते! पण पोराला नव्हती रजा! घे ग माझे बाई! माझ्या हाताने चुरमुरे भाजून त्या पैशातून घेतलं आहे हे झबलं! आता काही काही मागणं नाही देवापाशी. हे झबलं घातलेला तुझा राजा बघीन नि सुखानं डोळे मिटीन.

'काशीच्या गळ्यात गळा घालून उजाडेपर्यंत मी रडत बसले होते. मला दिवस गेल्याची तिची समजूत खोटी होती! पण तिचं प्रेम-ते किती खरं होतं! प्रेम करण्याचं वचन देणारानं त्याच्या शंभराव्या हिश्शानं सुद्धा प्रेम केलं नाही. ह्या झबल्याकडे बघितलं की जगावसं वाटतं'

सुमतीला पुढं बोलवेना. तिच्या पाठीवरून हात फिरवीत मी समोरच्या तलावाकडे पाहिलं. त्याच्या मोतीतलाव या नावाची मी नेहमी कुचेष्टा करीत असे पण यावेळी मात्र ते मला सार्थ वाटलं.

पंधरा : सती

✿✿✿✿✿✿✿✿✿✿✿✿✿✿✿✿✿✿✿✿✿✿✿✿✿✿✿✿✿✿

परिचय :

प्रेम की कर्तव्य हा प्रश्न मनुष्यापुढे अनेकदा उभा राहतो. या गोष्टीत व्यक्तीवरच्या प्रेमापेक्षा देशभक्ती श्रेष्ठ मानणाऱ्या एका स्त्रीचे चित्र रेखाटले आहे.

✿✿✿✿✿✿✿✿✿✿✿✿✿✿✿✿✿✿✿✿✿✿✿✿✿✿✿✿✿✿

किल्ल्यातली सतीची शिळा!

एरवी, असल्या शिळेत काय पाहण्यासारखे आहे असे मी म्हटले असते! पण मुंबईच्या माणसाला कोकणातल्या खेडेगावात कसे अगदी कोंडल्यासारखे होते!

एका छोट्या बालवीराला घेऊन मी तो किल्ला पाहायला निघालो.

किल्ला लहानसाच होता. वार्धक्याच्या खाणाखुणा तर त्याच्यावर स्पष्ट दिसत होत्या. ठिकठिकाणी तट ढासळून पडलेला नि प्रवेशद्वारापाशी रानवेली माजलेल्या! आत तर गुडघाभर गवतच होते सगळीकडे! त्यांतून वाट काढताना पदोपदी जिवाणूंची भीती वाटत होती मनाला. माझ्याबरोबर आलेल्या मुलाने मला बालेकिल्ला दाखविला. चारी बाजूंनी त्याच्या भिंतींना भगदाडे पडली होती. रंगमहालात झाडांनी असा काळोख केला होता की, बोलून सोय नाही. आमची चाहूल लागताच तिथल्या एका घुबडाने घूत्काराने माझे स्वागत केले. काळ किती क्रूर विडंबक आहे याची कल्पना त्या वेळी मला आली.

नंतर सतीच्या शिळेकडे आम्ही वळलो. एका बुरुजाच्या अलीकडे ती जागा होती. शिळेवर सुकून गेलेली फुले दिसत होती. सतीचा वंशज जवळच कुठेतरी राहतो आणि संध्याकाळी येऊन शिळेची पूजा करून जातो, एवढेच त्या बालवीराकडून मला कळले. काही झाले तरी ती शिळा बोलकी होणार नव्हती!

येता येता सहज खुडलेली चार फुले उत्कटतेने आदराने त्या शिळेवर मी वाहिली. बाकीची हातात तशीच होती. बुरुजावर जाऊन भोवतालचा देखावा पाहावा आणि मग नदीकडे जावे असा बेत होता.

बुरुज चांगला उंच होता. त्याचा खालचा भाग इतका निमुळता होता की, जर चुकून पाय निसटला, तर पडणाऱ्याच्या ठिकऱ्या उडाल्यावाचून राहणार नाहीत अशी माझी खात्री झाली. छाती धडधडत होती. पण धीर करून मी वाकून खाली पाहिले. एक अजस्त्र काळा खडक आ वासून उभा होता तिथे. माझ्या अंगावर काटा उभा राहिला. मी भीतीने मान वळविली.

शिळेच्या पूजेला कुणीतरी मनुष्य आला होता. मी हळूहळू त्याच्या जवळ गेलो. परका मनुष्य पाहून त्यालाही आनंद झाला असावा. बालवीराच्या मदतीने मी त्याच्याशी बोलू लागलो.

'शिळा पहायला आला की काय?'

'हो, फार जुनी आहे ही! तीन-चारशे तरी वर्षे झाली असतील.

माझ्या पणजीच्या, पणजीच्या—'

वंशवृक्षाच्या कुठल्या तरी मोडक्या फांदीवर तो मला नेऊन बसवणार अशी भीती वाटून मी म्हणालो,

'सतीच्या वंशातले आहा म्हणायचे तुम्ही!'

'हो इथं दररोज येऊन पूजा करावी लागते आम्हाला. मोठं खडतर आहे हे दैवत. नाहीतर मुलंच जगत नाहीत कुळातली!'

येणारे हसू दाबून मी प्रश्न केला,

'कोण होती ही बाई'

'किल्लेदाराची बायको.मोठी जागृत आहे ही सती!

'असं!'

'नावडती बायको असून ती नवऱ्याबरोबर सती गेली. तिला स्वर्गात—'

नावडती बायको सती जाते! आणि आवडती? माझी जिज्ञासा अगदी अनावर झाली. नावडती बायको ज्या नवऱ्यासाठी अग्निदिव्य करते, त्या नवऱ्याचा विरह आवडत्या बायकोला क्षणभर तरी सोसवला असेल काय? तिने तत्काळ या बुरुजावरून खाली उडीच टाकली असावी! मी म्हटले,

'दोन बायका होत्या त्या किल्लेदारांना?'

'हो. दोघीही एकाच दिवशी हे जग सोडून गेल्या'.

आपला तर्क खरा ठरल्याचा आनंद विलक्षण असतो. मी त्याला खूष करण्याकरता म्हटले,'स्वर्गातसुद्धा कौतुक झालं असेल या सवतींचं!'

तो उपहासाने उद्गारला,'स्वर्गात जाणार कशा दोघी?'

'का?'

'ती दुसरी पडली असेल रौरव नरकात!'

'आवडती बायको?'

'हो!'

आश्चर्याची एवढी मोठी लाट माझ्या मनात उसळली की,त्याला प्रश्न विचारायचे भानही राहिले नाही मला. पण तोच सांगण्याच्या रंगात आला होता.

'त्या वेळी हा किल्ला म्हणजे नाक होतं कोकणाच्या या बाजूचं. गोमंतक जिंकून फिरंगी इकडे येण्यासाठी धडपडत होते. नदीच्या पलीकडे त्यांचा तळ पडला होता. इथं किल्यात काय थोडं सैन्य होतं तेवढंच. बाकी या बाजूला बारा वाटा मोकळ्या होत्या त्यांना.

'बादशहाकडे खलिता गेला होता. पण तो पोचून मदत येईपर्यंत—

'एक गोष्ट फिरंग्यांच्या आड येत होती. पावसाळ्याचे दिवस होते ते. त्यांच्यापाशी होड्या नव्हत्या. पलीकडे पावसात महिना अन् महिना राहणेही त्यांना शक्य नव्हते. पाच मैलांवर खाली एका गुप्त जागी पावसाळ्यात सुद्धा उतार मिळत असे नदीला. पण अगदी किर्र जंगलामुळे त्या बाजूला कोणी सहसा फिरकत नसे. इथल्या किल्लेदाराला तेवढे त्या उताराचे गुपित ठाऊक असायचे असा शिरस्ता होता.'

पलीकडच्या गवतात एकदम सळसळ असे काही तरी वाजले. मी व माझा बालमित्र दोघेही चमकलो. पण तो मनुष्य शांतपणाने म्हणाला,'मोठा दिवड आहे तो. जिवंतपणी नावडतीला सुख दिले नाही म्हणून किल्लेदार दिवड झालाय! किती तरी वेळा या शिळेवर हा दिवड ऐसपैस पडलेला असतो.'

दिवड शब्दाचे ज्ञान मला कोकणात आल्यादिवशीच झाले होते. परसात भला लांब साप पाहून धापा टाकीतच मी घरात आलो होतो. मग मला कळले की,सापाचे विष त्याच्या लांबी-रूंदी-जाडीवर अवलंबून नसते.

दिवडाला फक्त रविवारी आणि बुधवारी विष असते.

आज रविवार होता. अर्थातच किल्लेदारसाहेबांची या नव्या रूपातील भेट घेण्याची काही माझी इच्छा नव्हती. मी म्हटलं, 'पुढं काय झालं?'

'त्याच वेळी किल्ल्यात एक कीर्तन झाले. हरिदासाने सांगितले—सीता माईने मारुतीला वर दिला होता की, पुढे तुझ्या जातीची माकडे या भूमीत राज्य करतील म्हणून. फिरंग्यांचे सैन्य पाहून किल्लेदार आधीच पेचात पडला होता. सीतामाईचा वर खरा होण्याची वेळ आली आहे असे त्याच्या मनाने घेतले. मध्यरात्री उताराच्या वाटेने फिरंग्यांना जाऊन भेटायचे, त्यांना ती वाट दाखवायची आणि आपली किल्लेदारी सुरक्षित राखायची असा बेत केला त्याने!

आपल्या आवडत्या बायकोशिवाय कुणालाही त्याने याचा सुगावा लागू दिला नाही! ती अगदी विरुद्ध होती. तिने त्याची खूप विनवणी केली. पण किल्लेदार काही तसा बाईलबुद्धीचा नव्हता.'

संध्याकाळच्या थरथरत्या उन्हात भोवतालचे पिवळे गवत कसे फिक्कट दिसत

होते. त्याच्याकडे उदास दृष्टीने पाहात मी ऐकू लागलो—

'ठरल्याप्रमाणे मध्यरात्री तो आपल्या आवडत्या बायकोच्या महालातून निघाला. ती म्हणाली, 'दूध घेऊन जावं थोडं.'

'त्याची दुधावर वासना नव्हती. पण लाडक्या बायकोला असल्या गोष्टीत नाही कसे म्हणायचे? तिने झटकन दूध आणून दिले. त्याचे मन मुळीच जागेवर नव्हते. तो ते दूध घटाघटा प्याला मात्र-त्या महालातून दुसरे दिवशी त्याचे प्रेतच बाहेर गेले.'

आवडत्या बायकोने नवऱ्याला विष घालून मारले. किती अघटित घटना ही! नवऱ्याने फितूर होऊ नये म्हणून—

'तिने विष घातले खरे. पण नवऱ्याची तडफड पाहून तिचा धीर खचला. सारे लोक गोळा झाले. उपचारावर उपचार केले. पण विष फार जालीम होते. आपण ते घातले एवढे मात्र तिने कबूल केले. लोकांनी जंग जंग पछाडले. तरी कारण मात्र ती सांगेना.

'दुसरे दिवशी सकाळी किल्लेदाराच्या दहनाची तयारी झाली. ही सती जाणार म्हणत होती. पण विष घालून नवऱ्याला मारणाऱ्या बायकोला सतीच्या शिळेवर कोण चढू देणार? नावडती बायको आनंदाने पुढे झाली आणि आपल्या सवतीकडे तुच्छतेने पाहत चितेवर चढली. पुढे किती तरी दिवस त्या सतीचा मोठा उत्सव होत असे त्या किल्ल्यात'

माझे मन किल्लेदाराच्या त्या आवडत्या बायकोचा विचार करीत होते, त्या विधवेचे पुढे काय झाले?

माझा प्रश्न जणु काही त्याला कळला. तो सांगू लागला, 'नवऱ्याची हत्या करणारी राक्षसीण म्हणून या बुरुजावरून तिला खाली लोटून द्यायचे ठरले. हसत मुखाने ती बुरुजावर चढली म्हणतात. आपण होऊन उडी टाकायचे कबूल केले होते तिने. डोळे बांधून घ्यायलासुद्धा ती तयार झाली नाही. बोहल्याकडे जावे तशी, ती आनंदाने बुरुजाकडे गेली असे जुनी माणसे सांगत. पुढे जाऊन तिने खाली वाकून पाहिले. मागे सरकली ती. लोकांना वाटले—पाप भित्रे असते! उडी टाकायची छाती होणार नाही तिला. पण ती बोलण्याकरिता मागे आली होती. आपण नवऱ्याला विष का दिले हे तिने अडखळत, हुंदके देत सांगितले. तिला कडेलोटाची शिक्षा देण्यात अन्याय होत आहे, असे लोकांच्या मनात येते न येते तोच तिने खाली उडी टाकली देखील. खालचा खडक रक्ताने रंगून गेला अगदी. त्या रक्ताचे डाग कितीतरी दिवस तांबडेच होते अशी दंतकथा ऐकली आहे मी लहानपणी!'

त्याची नजर सहज माझ्या हाताकडे गेली. तो म्हणाला, 'सतीला घाला की ती

फुलं. मोठं जागृत दैवत आहे हे!'

मी दोनतीन फुले त्या शिळेवर टाकली.

'आणि ही उरलेली?' त्याने प्रश्न केला.

'या बुरुजाखालच्या खडकाला वाहणार आहे मी. खरी जागृत सती तिथंच आहे!'

सोळा : दादू

परिचय :

माणुसकी हा शब्द आपण वारंवार वापरतो. पण त्या शब्दाच्या मागे केवढी उत्कट भावना उभी असायला हवी, याची आपल्याला सहसा कल्पना येत नाही. जग कधी काळी जर सुखी व्हायचे असेल, तर ते माणुसकीची वाढ झाल्यानेच होईल. ही माणुसकी पढिक पांडित्याने प्राप्त होत नाही, किंवा पृथ्वीपर्यटन करून मिळत नाही. विद्येपेक्षा, संपत्तीपेक्षा किंबहुना जगातल्या सर्व विलोभनीय गोष्टींपेक्षाही माणुसकी मिळविणे अवघड आहे. तिचा झरा कुठे असतो आणि तो योग्य वेळी कसा प्रगट होतो, हे या कथेवरून दिसून येईल.

त्या दोन खोल्या काही विशेष मोठ्या नव्हत्या. पण स्वतंत्र जागा, समोर छोटीशी बाग, बागेच्या मध्यभागी हवे तेव्हा पाणी देणारा पंप, एका फर्लांगाच्या अंतरावर असलेला विस्तीर्ण माळ, त्या माळावरून दूर दिसणारे देवळाचे रेखीव दृश्य- एल्एल्. बी. चा अभ्यास करायला मी आलो होतो खरा! पण माझी विशी नुकतीच मागे पडली होती! मग कायद्यापेक्षा काव्याचा पगडा माझ्या मनावर अधिक असावा यात नवल कसले!

खोल्या दाखवणाऱ्या मालकाला मी म्हटले, 'जागा पसंत आहे आपल्याला. हे घ्या आठ रुपये!'

मी पाकीट उघडू लागलो.

'आठाला जागा देणं पुरवणार नाही आम्हाला!'

'पण मागं जे विद्यार्थी राहात होते ते आठच देत होते!'

'पण-पण बागेसाठी माळी ठेवावा लागतो, पंपाला अधनं मधनं तेल घालावं लागतं-'

बागेत पसरलेल्या वाळूचे पैसेसुद्धा तो माझ्याकडून वसूल करून घेणार की काय, हे मला कळेना!

त्याने दहा रुपये भाडे सांगितले. मुलगी पाहायला गेल्यावर ती आवडली तरी मुद्रेवर तसे दाखवू नये, नाहीतर हुंड्याचा भाव एकदम घटतो, असे माझा एक मित्र नेहमी म्हणत असे. जागा आवडल्याचे दाखविले की, तिचा भाव चढतो, ही त्या सुभाषिताची दुसरी बाजू आता माझ्या अनुभवाला येत होती.

हो-नाही करता करता नऊ रुपयांवर आमची तडजोड झाली.

'या खोल्यांचा आणखी एक फायदा आहे तुम्हांला!' मालक म्हणाले.

भाड्यात रुपया वाढवून पाहण्याची प्रस्तावना पुन्हा सुरू झाली की काय, हे मला कळेना! मी मुकाट्याने ऐकू लागलो.

'इथं गावाबाहेर गाडी मिळताना मारामार होते. पण या खोल्यांचं नशीब मोठं चांगलं आहे!'

लग्नापासून वर्तमानपत्रांपर्यंत ज्योतिषाचा सुळसुळाट मी सर्वत्र पाहात आलो होतो. ती साथ भाड्याने द्यायच्या खोल्यांपर्यंत येऊन पोचली की काय, अशी मला शंका आली. या खोल्यांची रास कोणती असावी, याचा मी विचार करू लागलो. पण पुढल्याच वाक्याने माझ्या शंकेचे निरसन झाले.

मालक म्हणाले, 'या खोल्या झाल्यापासनं एल्‌एल्. बी. च्या विद्यार्थ्यांशिवाय त्यांच्यात दुसरं कुणी राहिलं नाही नि दादूशिवाय त्या विद्यार्थ्यांचं कामही दुसऱ्या कुणी केलं नाही! तीन रुपये नि उरलं सुरलेलं अन्न एवढ्यावर खूष असतो तो!'

दादू ही कसली वल्ली आहे, हे पाहण्याची उत्सुकता माझ्या मनात उत्पन्न झाली.

नोकर आणि नटी एके ठिकाणी फार दिवस काम करीत नाहीत, हा तर जगाचा नेहमीचा अनुभव आहे!

या नियमाला अपवाद असणारा हा दादू- कसा बरे दिसत असेल तो?

दादू समोर येऊन उभा राहीपर्यंत माझ्या मनाने त्याच्याविषयी इतक्या सुंदर कल्पना केल्या की-

दादू दिसताच, कल्पनाशक्ती हा देवाने मनुष्याला दिलेला सर्वांत मोठा शाप आहे, या उक्तीची मला खात्री पटली.

संध्याकाळी रस्त्याने जाताना तो जर माझ्या अंगावरून गेला असता तर, एक दारुड्या म्हणून मी त्याच्याकडे तिरस्काराने पाहिले असते.

एक खांदा विचित्र रीतीने उडवीत चालण्याची त्याची लकब होती. त्यामुळे तो माझ्यापुढे येऊन उभा राहिला, तेव्हा त्याचे चालणे मला झिंगलेल्या माणसासारखे वाटले. स्वारीने अंगात नुसता एक फाटका कोट घातला होता. बरे, त्या कोटाला बटणे तरी असावीत! अगदीच मॅडमुल्ला दिसत होता तो! त्याच्या उघडया छातीवर

पिकलेल्या केसांचा एक पुंजका मधेच उठून दिसत होता! तो पाहून वाळलेल्या गवताची आठवण झाली मला!

वाढलेली दाढी खाजवीत तो माझ्याशी बोलू लागला, तेव्हा माझ्या मनात आले- या बावळट म्हाताऱ्याला आपण गडी म्हणून ठेवणे महामूर्खपणाचे होईल. कॉलेजातले दोस्त वेळीअवेळी चहा प्यायला आपल्याकडे येणार! हे ध्यान पाहून, आपली नाही ती थट्टा केल्याशिवाय कधीही राहणार नाहीत ते! तो केश्या रानडे तर मुलखाचा फटकळ आहे! दादूच्या अवातारावर काहीतरी भलतीच कोटी करायचा तो! नि तो जहागिरदारांचा मुलगा तर आपल्याच वर्गात येणार आहे. क्रिकेटच्या नादामुळे त्याची नि आपली लौकरच ओळख होईल. त्याचे आपल्याकडे येणे-जाणे सुरू झाल्यावर या दादूसारख्या आचरटाच्या हातून त्याची उठाबस कशी होणार?

हे सारे विचार क्षणार्धात मनात येऊन गेले. पण 'मला तुझ्यासारखा गडी नकोय,' असे दादूच्या तोंडावर सांगायचे माझ्या जिवावर आले.

म्हाताऱ्या माणसांचे चेहरे किती केविलवाणे दिसतात!

ही बावळट पीडा चुकवायची एक नवीन युक्ती मला सुचली. मालकाने जाता जाता भाड्यात एक रुपया वाढविलाच होता. तसाच दादूही काहीतरी भरमसाट पगार मागेल. गतवर्षीचे विद्यार्थी त्याला तीन रुपये देत होते, हे मघाशी मालकाकडून आपल्याला कळलेच आहे. तेव्हा दादूने चार किंवा पाच रुपये मागितले की, तुझ्यासारखा लबाड मनुष्य मला नको, असे आपल्याला सहजच म्हणता येईल!

असा पोक्त विचार करून मी दादूला म्हटले, 'मी सांगेन ते काम करावे लागेल तुला!'

त्याने मोठ्या आनंदाने मान डोलावली.

'पगार काय घेणार तू?' मी प्रश्न केला

त्याने हसत उत्तर दिले, 'मागचे साहेब देत होते तेवढाच द्या!'

'अरे, पण तेवढा म्हणजे किती?' आता चोर बरोबरच सापडणार, या कल्पनेने मी हसत हसत विचारले.

'तीन रुपये देत होते!' दादूने उत्तर दिले.

मी चकित झालो. खोल्यांच्या श्रीमंत मालकामध्ये जो प्रामाणिकपणा नव्हता, तो या अडाणी गड्यात दिसताच माझ्या मनात एक कसली तरी उज्ज्वल छटा चमकून गेली.

मी काहीच बोलत नाही, असे पाहून दादू म्हणाला, 'पावणेतीन रुपयांवरसुद्धा राहीन मी साहेब!'

ती वाढलेली दाढी, तो सुरकुतलेला चेहरा, उघड्या छातीवरला तो पांढऱ्या केसांचा विचित्र पुंजका- ह्या साऱ्या कुरूपतेच्या आड एक प्रकारचे माधुर्य आहे,

असा मला भास झाला.

हा भास क्षणिक नव्हता.

'मी सांगेन ते काम करायला हवं,' असे कामावर ठेवताना मी दादूला बजावले होते. पण मला त्याला काही सांगण्याचा प्रसंगच येत नसे. अनेक वर्षे माझ्याच वयाच्या विद्यार्थ्यांचे काम केल्यामुळे माझ्या आवडी-निवडी, सोयी-गैरसोयी सारे काही त्याला न सांगताच कळे. मी सकाळी उठण्याच्या आधीच गवळ्याच्या घरून तो दूध घेऊन येई. मी उठून चूळ भरायला लागलो की दादूचा स्टोव्ह फुरफुरू लागलाच! मला चहात कमी साखर लागते, हे त्याला दुसऱ्यांदा काही सांगावे लागले नाही.

परटाकडे कपडे देणे, ते परत आले म्हणजे मोजून घेणे, खाणावळीतून वेळेवर डबा घेऊन येणे, मी सकाळी आंघोळ केली नसली तर, संध्याकाळच्या चहाच्या वेळी मला पाणी तापवून देणे, माझ्याकडे बसायला मंडळी आली की, मुकाट्याने जाऊन सिगारेटची एक दोन पाकिटे आणणे, सारे कसे एखाद्या यंत्रासारखे बिनचूक करीत असे तो!

मला काडीचाही त्रास होऊ नये म्हणून तो जी धडपड करी, ती पाहिली की मला आईची आठवण होई!

दादू पंपाचे पाणी काढू लागला की, माझ्या मनात येई- या खडकाळ जागेच्या पोटात जसा पाण्याचा झरा आहे, त्याप्रमाणे वरून रुक्ष दिसणाऱ्या दादूच्या अंत:करणातही एक गोड झरा आहे.

पंपापलीकडे बागेच्या कोपऱ्यात कडूनिंबाचे झाड होते. त्याच्याकडे लक्ष गेले म्हणजे मला वाटे- सृष्टीचे खेळ किती विचित्र आहेत! या कडूनिंबाची पालवी मोठी नाजुक नि सुंदर दिसते! उन्हाच्या वेळी या झाडाच्या सावलीत किती मौज वाटते! असल्या सुंदर झाडाची पाने कडू असावीत आणि वरून कुरूप दिसणाऱ्या दादूचे अंत:करण इतके प्रेमळ असावे, ही केवढी नवलाची गोष्ट आहे!

दादूने माझी सर्व माहिती केव्हाच काढून घेतली होती! पण स्वत: विषयी फारसा बोलत नसे तो! मात्र एकदोनदा रंगात येऊन त्याने आपली थोडी थोडी माहिती मला सांगितली होती!

त्याचा मुलगा माझ्याएवढाच होता. सोलापूरला कुठल्याशा गिरणीत होता तो! दादूच्या खेड्यातल्या जमिनीचा एक तुकडा सावकाराकडे खूप दिवस गहाण पडला होता. म्हातारपणामुळे शेती होईनाशी झाली, तेव्हा बायकोला घेऊन तो इथे आला, आणि त्याने मुलाला सोलापुरला पाठविले. फार उशिरा झालेला एकुलता एक मुलगा होता तो त्याचा! 'तुम्ही आईबाप सोलापूरला मुलाकडंच का राहत नाही?'

म्हणून मी त्याला विचारले तेव्हा त्याने उत्तर दिले, 'इथं सत्तेची झोपडी आहे आमची साहेब! आम्ही दोघं सोलापूरला गेलो की, तिथं पोराचा खर्च वाढणार! मग तो सावकाराकडली जमीन सोडवून कशी घेणार? बायको इथं मोड विकून चार पैसे मिळवते. सोलापुरात ती काय करणार? तिथं मोड खपतात की नाही देव जाणे! नि सोलापुरात काही इथल्यासारखी कॉलेजं नाहीत माझ्यासारख्या म्हाताऱ्याला हवं ते काम मिळायला!''

'पण मुलावाचून कसं करमतं रे तुला?' मी प्रश्न केला होता.

'न करमायला काय झालं साहेब? माझा मुलगा मला सोडून गिरणीत गेलाय. तुम्ही आईबापांना सोडून कॉलेजात आलाय! मी इथं तुमचं काम करतोय ना! सोलापुरात अशीच कुणीतरी म्हातारी त्याला जेवायला घालीत असेल.'

मोठे विचित्र तत्त्वज्ञान वाटले हे मला. मात्र त्या दिवशी पावणेतीन रुपयांवर माझे काम पत्करायला दादू तयार का झाला होता, हे कोडे मला त्या वेळी थोडेसे उलगडले! हा म्हातारा माझ्यासारख्याचे काम करून मुलाच्या सहवासाची अतृप्त इच्छा अंशत: पूर्ण करून घेत असावा! बिचारा दुधाची तहान पाण्यावर भागवीत होता.

तीन महिन्यांत दादूची नि माझी कमीत कमी तीन वर्षांची ओळख आहे, असे मला वाटू लागले. काही काही विलायती वेलींना अगदी लवकर फुले येतात नाही! दादूसारख्या माणसांची मनेही तशीच असतात!

क्रिकेट जोरात सुरू झाल्यामुळे कित्येकदा रात्री आठ वाजेपर्यंत मी बिऱ्हाडी येत नसे. पण मला कितीही उशीर झाला तरी, ओट्यावर अंधारात दादू माझी वाट पाहात बसलेला असे. 'दिवा लावून बसत जा की!' असे मी त्याला तीन-चार वेळा सांगितले. पण दर वेळी तो हसून उत्तर देई, 'उगीच बत्ती कशाला जाळायची, साहेब?'

एखाद्या दिवशी मला यायला उशीर झाला नि डब्यातला भात निवून गेला, तर दादू लगेच स्टोव्ह पेटवायला उठे! 'भाताच्या गारगोट्या झाल्यात, साहेब!' असे त्याने म्हटले की, मी उत्तर देई, 'गारगोटीत विस्तव असतो हे ठाऊक नाही तुला दादू?' माझ्या बोलण्याचा अर्थ कळला नाही, तरी तो म्हणे, 'साहेब, घरी तुमच्या आईसाहेब असला भात तुम्हाला खाऊ देतील का?'

थंडगार झालेला भात स्टोव्हवर तापविला, म्हणून त्याला ऊनऊनीत भाताची गोडी कशी येणार? दादूने ऊन केलेला तो भात खाताना मला फार गोड वाटे- त्या गोडीचा उगम अन्नात नव्हता, दादूच्या स्वभावात होता.

एका आदितवारी दादूची स्वारी क्रिकेटच्या मैदानावर दिसली, तेव्हा तर मी

थक्कच झालो. स्वत:च्या डोळ्यांवर विश्वासच बसेना माझा! रात्री मी त्याला विचारले, तेव्हा म्हातारा पहिल्यांदा लाजेने अगदी चूर झाला. पण थोड्या वेळाने त्याने ते कारण सांगितले—

आदल्या दिवशी मी फार चांगला खेळलो होतो. माझ्या एकसष्ट धावांत चाराचे आठ टोले होते. दादू सकाळी खाणावळीत डबा आणायला गेला, तेव्हा तिथल्या विद्यार्थ्यांत माझ्या पराक्रमाच्याच गोष्टी चालल्या होत्या. त्या ऐकून दादूला वाटले- आपल्या साहेबांच्या खेळाची सारे लोक इतकी स्तुती करतात, तेव्हा आपणही तो एकदा पहावा!

सप्टेंबरच्या शेवटच्या आठवड्यात बाहेरगावी एक मॅच ठरली. दादूवर बिऱ्हाड सोपवून मी मॅचला गेलो. जहागीरदार आमचे कॅप्टन होते. माझी बॅटिंग नि त्यांची बॉलिंग. असा धुव्वा उडलिला आम्ही दुसऱ्या बाजूचा!

मॅच जिंकल्यावर फराळाच्या वेळी खूप खाल्लं आम्ही!

परत येताना मी जहागीरदारांच्या गाडीमध्ये बसलो. आज ते माझ्यावर फार खूष झाले होते. गाडी हाकणे आणि मॅचच्या गप्पा मारणे या दोन गोष्टींपैकी अधिक बेफामपणे ते कोणती करीत होते, हे सांगणे फार कठीण होते.

खेळताना मनुष्याला भान नसते. त्यामुळे मॅचच्या श्रमाने माझे अंग किती आंबून गेले आहे, याची कल्पना गाडीत बसेपर्यंत मला आली नाही!

मग मात्र अंग असे ठणकू लागले-ताप भरताना माणूस जसा अस्वस्थ होतो, तसे वाटू लागले मला!

आम्ही गावापाशी आलो.

जहागीरदारांच्या बंगल्याकडे जाण्याचा रस्ता माझ्या खोलीवरूनच होता. माझ्या बिऱ्हाडापाशी मी उतरू लागलो, तेव्हा ते म्हणाले,

'आमच्या बंगल्यावर चला की!'

'अंग फार दुखतंय! !'

'त्यावर एक औषध आहे!'

ते बोलत असताना मी दार उघडून खाली उतरलोही होतो.

लगेच तेही खाली उतरले. 'आपण इथंच गप्पा मारीत बसू या!' असे ते म्हणाले, तेव्हा मोठा आनंद झाला मला! गेले तीन महिने एके ठिकाणी असल्यामुळे आमचा चांगलाच परिचय झाला होता. त्यांना खोलीवर चहाला बोलवावे असे कितीदा तरी माझ्या मनात आले होते. पण अजून त्यांना बोलावण्याचा धीर मात्र मला झाला नव्हता!

जहागीरदार आत येऊन पलंगावर लवंडले.

अंधार पडू लागला होता म्हणून मी दिवा लावला.

जहागरीरदारांकडे वळून मी म्हटले,

'काय, चहाच घेणार ना?'

'चहा?' ते मोठ्याने हसत म्हणाले, 'ही चहाची वेळ नाही महाराज!'

मी स्तब्ध राहिलो.

ते म्हणाले, 'माझंसुद्धा अंग दुखतंय् ! मॅच संपल्यावर खाल्लंही खूप! चहानं नाही बरं वाटणार आता!'

'मग काय आणवू?'

'बीअर!' ते शांतपणे म्हणाले.

त्यांचा उद्‌गार ऐकून मला मात्र चमत्करिक वाटले. माझ्या ओळखीच्या विद्यार्थ्यांपैकी पाच-पंचवीसांना बीअरची चव माहीत होती आणि दोघे-तिघे तर ती वारंवार पीत. पण त्यांच्या कुठल्याही मजलसीत मी सामील होत नसल्यामुळे बीअर कुठे मिळते, तिची किंमत काय असते, इत्यादी माहितीपलीकडे माझी गती कधीच गेली नव्हती.

मी काहीच बोलत नाही असे पाहून, जहागीरदार म्हणाले, 'अगदीच सनातनी आहात बुवा तुम्ही! बीअर घ्यायची नाही तर क्रिकेट कशाला खेळता? विटीदांडूने खेळावं नि ताक प्यावं! खूप खेळल्यावर बीअरनं असा आराम वाटतो म्हणता!'

मला दोन वर्षांपूर्वीची आठवण झाली. आमच्या कॉलेजमधल्या वाङ्मय मंडळाचे पाहुणे म्हणून एका बड्या साहित्यिकांना बोलावले होते आम्ही! व्याख्यानानंतर उपाहाराच्या वेळी टेबलावरल्या चहाकॉफीकडे तिरस्काराने पाहात ते म्हणाले होते, 'चहा पिण्यापेक्षा बीअर पिणं अधिक चांगलं! बीअर ही दारू नाही; ते पेय आहे. बीअरनं प्रकृती कशी ठणठणींत राहते!'

मला मोह पडला. वाटलं- आज एकदा बीअर आणावी! जहागीरदारांचे आदरातिथ्य केल्यासारखे होईल आणि आपणही ती थोडी घेतली म्हणून काय होतं? आईला कोण कळवायला बसले आहे हे!

मी विचारात पडलो आहे असे पाहून, जहागीरदारांनी दादूला हाक मारली.

दादू दारात येऊन उभा राहिला. त्याला तोंडाने सांगण्याचा काही केल्या धीर होईना. म्हणून एका चिठ्ठीवर, 'बीअरच्या दोन बाटल्या' एवढी अक्षरे मी लिहिली. ती चिठ्ठी आणि पाच रुपयांची नोट दादूच्या हातात देत मी म्हणालो, 'जा, लवकर घेऊन ये जा!'

कुणाच्या दुकानावर जायचे आणि काय आणायचे, हेच त्याला कळले नव्हते!

तो जागेवरून हलला नाही.

मी बाहेर येऊन दादूला कानात हळूच दुकानदाराचे नाव सांगितले.

सापावर पाय पडावा तसा तो दचकला आणि भूत दिसले तर मनुष्य ज्या दृष्टीने त्याच्याकडे पाहील, त्या दृष्टीने तो माझ्याकडे बघू लागला.

मी म्हटले, 'अगदी धावत जा! जहागीरदार आत येऊन बसले आहेत-'

'तो जहागीरदार असेल, नाहीतर राजा असेल! तुम्हाला मी दारू आणून देणार नाही!'

दादूची समजूत कशी घालायची, हे मला कळेना! बीअर ही दारू नव्हे हे त्या साहित्यिकाचे मत या अडाणी गड्याच्या गळी कसे उतरवायचे? मी तसले काही सांगितले असते तर दादूने सरळ विचारले असते, 'तुम्ही ज्या बाटल्या आणायला सांगताय् त्या दारूच्या दुकानात का विकतात?'

मी हळूच म्हटले, 'दादू, या महिन्याला तुला एक रुपया जास्ती देईन. मुकाट्यानं जा नि-'

'एक सोडून शंभर रुपये दिलेत तरी-'

त्याने माझी चिठ्ठी आणि नोट फेकून दिली.

मी संतापाने म्हटले, 'नोकरीवर ठेवलं तेव्हा, मी सांगेन ते काम करायचं कबूल केलं होतस तू! ही चिठ्ठी घेऊन आताच्या आता गेलास तर बरं आहे! नाही तर-'

'नाही तर माझी नोकरी जाईल. होय ना? रामराम साहेब. असली कामं करून जगण्यापेक्षा पोटात काटे भरीन! पण-'

त्याचा आवाज घोगरा झाला होता. डोळेही भरून आले होते.

त्याच्यासारख्या गरिबाने पावित्र्याची पूजा करावी, त्याच्यासारख्या अडाण्याने अपवित्र वाटणारी गोष्ट करण्यापेक्षा उपाशी मरणे बरे, अशी श्रद्धा बाळगावी आणि माझ्यासारख्या सुखवस्तू सुशिक्षिताने-

माझी मलाच लाज वाटू लागली. मी धावत गेलो. दादू फाटक उघडीत होता. मी त्याचा हात धरून म्हटले, 'दादू, कुठं चाललास?'

'तुमच्या आईसाहेबांकडं!'

'माझ्या आईकडं?'

'हो!'

'कशाला?'

'त्यांच्या झाडाला कीड लागलीय हे सांगायला!'

रागीट स्वराने मी उद्गारलो,

'मी वाटेल ते करीन! तुला काय करायचंय त्याच्याशी?'

'मला काय करायचंय? मला माझ्या मुलाला सांभाळायचंय!'

'तुझा मुलगा तर सोलापुरात आहे!'

'होय साहेब! तिथं तो काही भलतं-सलतं करायला लागला, तर त्याच्याजवळ असलेल्या म्हाताऱ्यांनी त्याला आवरायला नको का? तिथं लोकांनी त्याला सांभाळायला हवं! मग इथं मी- इथं आईसाहेब तुमच्याजवळ नाहीत म्हणून मी- साहेब, मी अडाणी आहे. पण-'

त्याच्या डोळयांतून घळघळ पाणी वाहू लागले.

त्याच्या अडाणी तत्त्वज्ञानात किती जिव्हाळा होता!

त्याच्या पाठीवरून हात फिरवीत मी म्हटले, 'रडू नकोस दादू. तुझी नोकरी कायम आहे.'

'नोकरीकरिता मी रडत नाही, साहेब. तुमच्याकरिता माझा मुलगा दारूच्या गुत्त्यात दिसला असता तर मला जेवढं दु;ख झालं असतं, तेवढं मघाशी तुम्ही त्या दुकानावर जायला सांगितलं, तेव्हा झालं. साहेब, मी तुमच्या दारातलं पायपुसणं आहे. पण-'

मला वाटले-पायाची घाण पायपुसण्याला कळते! आयुष्यातले खाचखळगे अडाण्यांनाच अनुभवाने ओळखता येतात!

दादूचा हात धरून मी त्याला परत नेले.

मी खोलीत गेल्याबरोबर जहागीरदार म्हणाले, 'कुठं हो गेला होता?'

'बाहेर तारवाला आला होता!'

'तार? कुणाची तार आली बुवा यावेळी?'

'आईची! फार आजारी आहे ती!'

मी घाईघाईने ट्रंक उघडली, खुंटाळ्यावरचे कपडे काढले आणि सामानाची बांधाबांध करू लागलो.

जहागरीदार म्हणाले, 'बरं आहे. जातो मी!'

त्यांना पोचवून मी परत आलो तो खोलीच्या दारात दादू एखाद्या लहान मुलाप्रमाणे हसत उभा होता.

सतरा : मोत्यांचे पीक

परिचय :

लोभ हा मनुष्याचा सर्वात मोठा शत्रु आहे. तो हा हा म्हणता माणसाला आंधळा करून सोडतो. मग त्याला जीवनातली साधी सत्येसुद्धा दिसेनाशी होतात. सध्या आपण अर्थयुगात राहत आहो, पैशाशिवाय पान हालत नाही हा अनुभव पदोपदी घेत आहो, पैशाची अष्टौप्रहर पूजा करीत आहो. पण ही पूजा देवाचे रूप घेतलेल्या राक्षसाची आहे याचे भान आपल्याला क्वचितच राहते. खालील रूपककथेत लेखकाने या प्रश्नावर प्रकाश टाकला आहे. जीवनातली खरीखुरी मूल्ये कोणती आणि केवळ मुलाम्यामुळे मोहक वाटणारी मूल्ये कोणती याचा विचार करण्याची पाळी माणसावर आयुष्यात वारंवार येते. तो विचार कसा करावा या दृष्टीनेही ही गोष्ट प्रेरक ठरेल.

पाणबुड्यांनी वरुण देवतेची प्रार्थना केली, 'देवा, तू मृगाचा पाऊस आणि मघाचा पाऊस भरपूर पाडतोस. मग लांबट मोत्यांप्रमाणे दिसणारे सुंदर भात तयार होते. तू हस्ताचा पाऊसही खूप पाडतोस. मग गोल मोत्यांच्या दाण्यांप्रमाणे दिसणारा सुंदर जोंधळा तयार होतो. पण भात काय, जोंधळा काय सारेच क्षणभंगुर!

'मोत्यांचे पाणी वर्षानुवर्षे टिकते! देवा, यंदा नुसत्या स्वातीचा पाऊस पाड. खूप खूप मोती पिकू देत. गोरगरिबांच्या मुलांच्या कानांत डूल झुलू देत. त्यांच्या बायकांच्या हातात मोत्यांची काकणे फुलू देत. मंदिरांच्या दारादारांवर मोत्याचे पडदे हलू देत.'

वरुणाच्या पोटात शिरायला पाणबुड्यांना काही कुणी शिकवायला नको!

आणि वरुणदेवतेचे हृदय काय मुद्दाम द्रववावे लागते?

भक्तांची विनंती देवतेने आनंदाने मान्य केली.

पावसाळा आला. लोक मृगाची अत्यंत उत्कंठतेने वाट पहात होते, पण

मृगाची चाहूल त्यांना कुठेच ऐकू येईना!

मधली सारी नक्षत्रे कोरडी गेली. लोकांच्या तोंडचेच नव्हे तर, पृथ्वीच्या पोटातले पाणीही पळून गेले. तृणांकुरांबरोबर आशांकुरही दग्ध होऊ लागले.

मघा आल्या.

लोकांच्या डोळ्यांत प्राण उभे राहिले.

जशा मघा आल्या, तशा गेल्या.

लोकांच्या डोळ्यांतील प्राण तडफडू लागले.

आशा म्हणाली, 'हस्ताचा पाऊस पडेलच. उगीच का हत्तीचा पाऊस म्हणतात त्याला?'

मुसळधार तर नाहीच, पण करंगळीएवढी धारसुद्धा हस्तात पडली नाही. हत्ती दूर राहिला, ससा सुद्धा दिसला नाही! लोकांनी व्याकुळ दृष्टीने आभाळाकडे पाहिले.

पण वासरू कितीही हंबरले, तरी आटलेली गाय त्याला दूध कुठून देणार?

स्वातीमध्ये मात्र उभ्या वर्षाचा पाऊस कोसळला!

समुद्रातले शिंपले हास्यपूर्वक त्या सरींचे स्वागत करीत होते.

सारे पाणबुडेही त्या सरींना 'या या' म्हणत होते. मात्र शेतकरी रडत होते, व्यापारी कुढत होते, जग भोवळ येऊन पडत होते!

पाणबुडे पाण्याबरोबर नाचत आले.

इतके मोत्यांचे शिंपले त्यांना साऱ्या जन्मात मिळाले नव्हते.

श्रमाने आणि आनंदाने ते झोपी गेले. मोती काढण्याचे काम बरोबर आलेले लोक करीतच होते. ते जागे होऊन पाहतात तो समोर उंच उंच राशी पडलेल्या! एकाला वाटले, भाताची रास असेल ही ! दुसऱ्याला वाटले, जोंधळ्याची रास असेल ती! त्यांनी आपल्या डोळ्यांवरून हात फिरविला. प्रत्येकाने अंगाला चिमटा घेऊन पाहिला. कुणीही स्वप्नात नव्हता.

त्यांच्यासमोर पडलेल्या राशी मोत्यांच्या होत्या. त्या राशी पाहून त्यांची तहान भूक हरपून गेली.

पण भुकेची जागा ब्रह्मानंदाने फार वेळ भरून निघत नाही.

थोड्या वेळाने जो तो तळमळू लागला. प्रत्येकाच्या पोटात कावळे ओरडू लागले होते. बरोबर आणलेली शिदोरी केव्हाच संपून गेली होती !

मोत्यांनी भरलेले हारे डोक्यावर घेऊन ते लोकवस्तीच्या दिशेने धावू लागले. दुरून एक झोपडी दिसली त्यांना. आता आपल्याला खायला मिळणार म्हणून जो तो जोराने चालू लागला.

त्या शेतकऱ्याच्या दारात एक गाय मोठमोठ्याने हंबरडा फोडून एका निश्चेष्ट वासराला चाटीत होती.

घरातील कारभारीण तिच्या मानेवर मान टाकून तिचे सांत्वन करीत होती.

झोपडीच्या दारात, ज्यांच्या बरगड्या न् बरगड्या मोजता येतील अशी तीन चिल्लीपिल्ली हा देखावा पाहून भांबावून गेली होती.

पहिल्या पाणबुड्याने विचारले, 'काय झालं बाई वासराला?'

'उपासानं मेलं!'

'उपासानं?' एकाने प्रश्न केला.

'चारा खात नव्हतं?' दुसऱ्याने विचारले.

'चारा?' हताशपणाने ती उद्गारली. क्षणभर थांबून हुंदके देत ती म्हणाली, 'कुठून आणू मी चारा?'

बाई फार गरीब आहे हे उघडच दिसत होते. आपल्या हाऱ्यांतील मूठभर मोती हातात घेऊन त्या पाणबुड्यांचा पुढारी पुढे आला. तिच्याजवळ जाऊन मूठ उघडीत तो म्हणाला, 'साधा चारा कशाला हवा? हा मोत्यांचा चारा घे!'

ती मोत्ये पाहून बाईला मोह पडला. मरून पडलेल्या वासराला ती विसरली. गाईच्या डोळ्यांतून वाहणारे पाणी त्या मोत्यांच्या पाण्यापुढे तिला काही केल्या दिसेना.

ती मोत्ये घेण्याकरिता तिने हात पसरला. इतक्यात तो पाणबुड्या म्हणाला, 'आम्हांला काय देणार तू?'

त्या सर्वांच्या डोळ्यांत कसली तरी विलक्षण अतृप्ती थैमान घालीत होती!

तिला भलतीच शंका आली. ती रागाने ओरडली, 'चालते व्हा इथनं.'

पाणबुड्यांच्या त्या पुढाऱ्याला आपली चूक कळून आली. तिच्यापुढे मोती करीत तो म्हणाला, 'आम्ही सारे भाऊ आहोत तुझे. भाऊबीजेची ओवाळणी म्हणून तुला ही मोत्ये आम्ही देणार आहोत!'

तिने त्या मोत्यांना भीत भीत हात लावला. त्यांतली चारपाच ती उचलून घेणार इतक्यात तो पुढारी म्हणाला, 'भावाला जेवायला वाढल्यावाचून बहिणीला ओवाळणी मिळत नाही!'

ती दचकून मागे झाली. एखाद्या वेड्या माणसाप्रमाणे शून्य दृष्टीने पहात ती किंचाळली, 'चला, चालते व्हा इथनं! एकच भाकरी आहे माझ्या घरात. माझ्या पोरांना हवी ती!'

पाणबुडे तिथून निघून गेले. गावात आले. घरोघर फिरले. पण मूठमूठभर मोती घेऊनसुद्धा चतकोर भाकरी देणारा मनुष्य त्यांना भेटला नाही!

सर्वत्र एकच देखावा दिसत होता.

अस्थिपंजर झालेली माणसे!

आणि भुकेने व्याकुळ झालेले माणसांचे निस्तेज डोळे!

झोपडीत, घरांत, मंदिरांत, सुखाच्या सर्व वस्तू होत्या. फक्त एकच गोष्ट नव्हती — अन्न!'

चालून चालून पाणबुड्यांचे पाय गळून गेले होते. तोंड फुलून आले होते. डोक्यावरच्या मोत्यांचे ओझेही असह्य झाले होते त्यांना आता!

एका देवळात देवापुढे हात जोडून बसलेल्या संन्याशाला त्यांनी विचारले, 'जगातले सारं अन्न गेलं कुठं?'

'अन्न आलंच नाही, मग जाणार कुठं?'

'आलंच नाही?'

'येणार कुठून? मृगाचा पाऊस नाही, मघाचा पाऊस नाही, हस्ताचा पाऊस नाही. फक्त स्वातीचा पाऊस पडला. त्या पावसाचा पोटाला काय उपयोग? त्यानं फक्त मोती पिकतात!'

त्यांच्या डोक्यावरल्या हाऱ्यांकडे पाहात संन्यासी म्हणाला, 'अन्न घेऊन आलात वाटतं तुम्ही? द्या, काही तरी द्या मला? शिळ्या भाकरीचा, उष्ट्या भाकरीचा तुकडा द्या.'

संन्यासी त्यांचे पाय धरू लागला.

सारे पाणबुडे वेड्यासारखे समुद्राकडे धावत गेले. ते सारे मोत्यांचे हारे त्यांनी समुद्रात ओतले. एकही मोती त्यांनी बाहेर ठेवला नाही.

सर्वांनी हात जोडून वरुणदेवतेची प्रार्थना केली, 'देवा, मृगाचा पाऊस पडू दे, मघाचा पाऊस पडू दे, हस्ताचा पाऊस पडू दे. स्वातीचा पडला नाही तरी चालेल.'

अठरा : आई

परिचय :

आईचे मुलांवरले प्रेम हा कवींचा आणि कथालेखकांचा आवडता विषय आहे. मातृप्रेम हा या कथेचाही विषय आहे. पण ते नुसते उत्कट, भावपूर्ण, नैसर्गिक प्रेम नाही. एका विधवा स्वयंपाकिणीची ही कथा आहे. दुर्दैवाच्या आघातामुळे आपली एकुलती एक मुलगी हे एक प्रकारचे ओझे आहे अशी तिची भावना झालेली असते. या भावनेतले किल्मिष कसे नाहीसे होते आणि आपली चिमुकली मुलगी हाच आपला एकुलता एक जीवनाधार आहे याची जाणीव त्या आईला कशी होते, याचे वास्तव पण भावपूर्ण चित्र या कथेत लेखकाने काढले आहे.

वहिनीसाहेबांनी चांगले चमचा भरून भातावर तूप वाढले. गिरिजेला हा अनुभव काही नवीन नव्हता. त्यांचे बोलणे फटकळ, पण वाढणे सढळ!

त्या साजुक तुपाच्या वासाने गिरिजेचे मन प्रसन्न झाले. का कुणाला ठाऊक, कितीतरी वर्षांपूर्वी केसात माळलेल्या सोनचाफ्याची तिला आठवण झाली.

तिच्या तोंडाला पाणी सुटले. आज तिचा सोमवार होता. संध्याकाळी चार वाजता घेतलेला पेलाभर चहा-तेवढ्यावर पाच तास तिच्या शरीराचे यंत्र चालले होते. रात्रीच्या सभेकरिता संध्याकाळी परगावाहून पाहुणे आले. त्यांना कांदे पोहे करून द्यावे लागले. जेवायलाही ती मंडळी होतीच. नित्याच्या दहा माणसांत आणखी पाचांची भर पडली. दोन पदार्थही अधिक करावे लागले. हा सारा रामरगाडा संपवून गिरिजा आता कुठे जेवायला बसली होती. पोटात कशी कडकडून भूक–

तिने पहिला घास उचलला, आणि तोंडात घातला मात्र, तो मातीच्या ढेकळासारखा वाटला तिला! तिथेच तो अडखळला. वहिनीसाहेब स्वयंपाकघरात भांडी अडकवीत उभ्या नसत्या, तर झटकन् उठून ती मोरीत थुंकलीसुद्धा असती. मघाशी मिनी मार खाऊन उपाशी निजली होती. तिची एकदम आठवण होऊन गिरिजेला भडभडून आले.

तिला वाटले. समोरचे ताट असेच दूर सारावे, माजघरात रडत रडत कोपऱ्यात झोपी गेलेल्या मिनीला पोटाशी धरावे आणि –

तिला शब्द ऐकू आले, 'लवकर आटपा हं गिरिजाबाई. मंडळींच्याबरोबर मीही सभेला जाणार आहे!'

पानातला भात गिरिजेने कसाबसा संपविला. 'हल्ली कशी भूकच लागत नाही मेली?' असे पुटपुटत ती उठली. झपझप तिने काम आवरले. पोतेरेसुद्धा घातले.

हात धुऊन ती माजघरात आली. झोपलेल्या मिनीचा तिला मोठा राग आला. तिच्या आंबलेल्या शरीराने कुरकूर केली, 'मिनी आता चांगली चार वर्षांची झाली. दररोज मैल, दीड मैल हे ओझं वाहून न्यायचे ! छे !' मनानेही तिला साथ दिली.

पण ती क्षणभरच! तिने मिनीचे तोंड दिव्याकडे वळविले. प्रकाशात त्या फुलावरले दवाचे थेंब चमकले. काळ्याकुट्ट ढगातून एकदम वीज लखलखावी, तशी, एक आठवण तिच्या डोळ्यांपुढे उभी राहिली. सात वर्षांपूर्वी आपण पहिल्यांदा सासरी यायला निघालो. आपल्या डोळ्यातून अशाच गंगा-यमुना वाहत होत्या. बैलगाडीत हळूच पतीने आपल्या तोंडावरून हात फिरविला. त्या स्पर्शांत केवढी मोठी जादू होती! रडता रडता आपण हसू लागलो. त्या गंगा-यमुना कुठे गुप्त झाल्या हे आपल्याला कळलेही नाही.

गिरिजा खाली वाकली. मिनीला तिने अलगद उचलले. तिचे डोके खांद्यावर ठेवून तिने थोपटले, तिच्या केसांवरून हात फिरविला. मिनी झोपेतच मुसमुसली, एक अर्धवट हुंदकाही तिच्या तोंडून बाहेर पडला. तो हुंदका ऐकताच गिरिजेचे काळीज चरचरले. तिला वाटले, आपण उगीच मिनीला इतके मारले. लगेच तिने फोडलेला तो सुंदर काचेचा पेला तिच्या डोळ्यांपुढे उभा राहिला. वहिनीसाहेबांनी रागारागाने उच्चारलेले शब्द तिच्या कानात घुमू लागले- 'पोरं असलेल्या स्वयंपाकिणीचा मेला हाच त्रास असतो!'

मायेचे चांदणे अभ्राआड काळवंडले.

मोठ्या कष्टाने मिनीला सावरीत ती दारात आली. वहिनीसाहेब टांग्यात चढत होत्या. चढता चढता वळून म्हणाल्या, 'उद्यापासनं पोरीला शाळेत अडकवून टाका हं, गिरीजाबाई! त्याशिवाय तुम्हांला सुख व्हायचं नाही!'

काहीतरी बोलायचे म्हणून गिरिजा 'हूं' म्हणणार होती, पण तो उद्गारही तिच्या तोंडाबाहेर पडला नाही. मागच्या टांग्यात बसलेला एक पाहुणा आपल्याकडे निरखून पाहत आहे, हे तिच्या लक्षात आले. मिनीला उचलून खांद्यावर घेण्याच्या गडबडीत तिचा पदर जरासा सरकला होता. त्याला लावलेले ठिगळ पायरीवरल्या दिव्याच्या झगझगीत प्रकाशात मोठे विचित्र दिसत होते-मधेच करपलेल्या भाकरीसारखे. खांद्यावरल्या मिनीच्या ओझ्याचा तिला आता विलक्षण राग आला. तिला वाटले,

'आपले हात मोकळे असते तर आपण चटकन् पदर सावरला असता, ठिगळ लपविले असते; पण आपल्या गळ्यातली ही धोंड–'

मिनीचे ओझे घेऊन गिरिजा रस्त्यावर एक एक पाऊल मोठ्या कष्टाने टाकीत होती. प्रत्येक पावलला रस्त्यावरले खडे तिला बोचत होते- आतूनही तसेच काहीतरी मनाला टोचीत होते. आपण सड्या असतो तर किती बरे झाले असते, असे तिला राहून राहून वाटत होते. जेवून खाऊन वीस रुपये पगारात आपले दिवस मोठ्या आनंदात गेले असते. आपण एकट्या असतो, तर आपले ठिगळ लावलेले पातळ नेसून परक्यासमोर उभे राहायची पाळी आपल्यावर कधीच आली नसती! आपण वरचेवर सिनेमाला गेलो असतो. बाजारात फुले काढलेल्या जांभळ्या रंगाच्या सुंदर चादरी आल्या आहेत, त्यातली एखादी सहज आपल्या अंथरुणावर—

पण या पोरटीच्या पायात—हीच्या हट्टाला काही सीमा नाही. रस्त्यात फुग्यांचे झाड बघितले की, लागली पोरटी रडायला! 'गारेगार, गारेगार' म्हणून गाडीवाला दारावरून ओरडत गेला की, लागली ते मागायला! काल काय, पडून गुडघा फुटला! आज काय, वहिनीसाहेबांचा दोन रुपयांचा काचेचा पेला फोडला! सारखी गडबड, धडपड, अडमड! चोवीस तास बडबड! बिचारीची झोपसुद्धा स्वस्थ नाही. कालचीच गोष्ट! रविवार होता घरात काहीतरी खायला हवे म्हणून वहिनीसाहेबांनी चकल्या करायला काढल्या. त्या संपवून मग रात्रीचा स्वयंपाक. बिऱ्हाडी यायला अकरा वाजले आपल्याला! हा सूळ होताच खांद्यावर! घरी येऊन अंथरुणावर अंग टाकले, पण काही केल्या झोप येईना! कुठले तरी बाराचे टोले स्पष्ट ऐकले. मग कुठे डोळा लागला. इतक्यात ही बया किंचाळत उठली, 'माझा फुगा - माझा फुगा फुटला!' झाले. तिच्या ओरडण्याने आपली झोप पुन्हा उडाली.

गिरिजेची पावले आता अगदी मंद पडत होती. खांद्यावरले ओझे तिला असह्य झाले. अगदी अवघडून गेली होती ती! तिथे सुंदर काचेच्या पेल्यांचा हारा असता, किंबहुना हिरे माणकांनी भरलेली पेटी असती, तरी मागेपुढे न पाहता तीसुद्धा तिने भिरकावून दिली असती. पण-हे ओझे निर्जीव नव्हते.

मघाचीच कल्पना तिच्या मनात आली. खोलीत शिरलेल्या वाघुळाने आंधळेपणाने आतल्या आत या भिंतीपासून त्या भिंतीपर्यंत लगबगीने फेऱ्या कराव्यात, तसा मनात आलेला तो विचार तिच्या मनात घिरट्या घालू लागला. त्याच्या पंखाची कर्णकटु फडफड पुन: पुन्हा तिला ऐकू येत होती. राहून राहून तिचे अंतर्मन म्हणत होते, ही पोरटी आपल्याला झाली नसती, आपण सड्या असतो, तर या वैधव्यातल्या दारिद्र्याशीसुद्धा आपण हसतमुखाने टक्कर दिली असती. आपल्यासारख्या दुर्दैवी स्त्रीला देवाने मूल देऊच नये! बरे दिले, ते तरी शांत आणि सरळ असायचे होते!

पण माणसाचा छळ करण्यातच देवाला नेहमी आनंद होतो. मिनीचा दंगा —अगदी मुलखावरनं ओवाळून टाकलेली पोर आहे ही!

आता गिरिजा देवीच्या देवळाजवळ आली होती. तिचे मन एकदम सात वर्षे मागे गेले. लग्न झाल्यावर तिचा नवरा ज्या खेड्यात शिक्षक होता, तिथून भर पावसाळ्यात या कुलस्वामिनीच्या दर्शनाला ती जोड्याने आली होती. मिनी झाल्यावर पतीच्या आग्रहावरून देवीची ओटी भरायला ती एकटीच आली, त्यावेळी दररोज त्याला ताप येऊ लागला होता. खोकल्याचाही फार त्रास होई! ते दुखणे क्षयावर गेले आणि—

ती देवळासमोर आली. आखडल्या हातांनीच ती देवीला कसाबसा नमस्कार करणार होती. पण तिच्या मनाने तसे करायचे नाकारले. या देवीने तिच्यासाठी काही काही केले नव्हते.

स्मरणीचे मणी एकामागून एक मागे पडू लागले.

आपले लग्न झाल्यावर वर्ष-दीड वर्षांतच देशात मोठी चळवळ सुरू झाली. सरकारने गांधींना पकडले. तिकडची स्वारी मराठी शाळेत मास्तर होती. पण ते चळवळीत गुप्तपणाने भाग घेऊ लागले. आपले सारे पंधरा-सोळा वर्षांचे वय - चळवळीतले काही काही आपल्याला कळत नव्हते. पण रोज जे कानावर पडे, ते ऐकून मनाचा थरकाप होई. वाटे, या धडपडीतून काही निघणार नाही. आपल्या नवऱ्याची नोकरी मात्र फुकट जाईल. आपण अन्नाला महाग होऊ. हे सारे आपण त्यांना समजावून सांगू लागलो की, वर गांधींचा फोटो असलेल्या एका वहीत टिपून ठेवलेल्या एका छोट्या वाक्यावर ते बोट ठेवीत. 'मनुष्य स्वप्नांवर जगतो.' आपण हसत हसत म्हणत असू, 'मनुष्य भातभाकरीवर जगतो, ती मिळाली नाही, तर तो चहापावावर जगतो. पण—' पुढं ते आपल्याला बोलूच देत नसत. ते म्हणत, 'कुणाची तरी काळजी करीत बसल्याशिवाय स्त्रीच्या मनाला चैनच पडत नाही. लहानपणी बाहुलीची-तरुणपणी नवऱ्याची — पुढं मुलांची —'

तोंडावर सुरकुत्या पडलेल्या एखाद्या म्हातारीला अचानक आपला लहानपणीचा फोटो दिसावा, तसे झाले तिला! आपण विधवा आहो, आपण एक गरीब स्वयंपाकीण आहो, सुखाची इच्छा हेसुद्धा आपल्या लेखी आता महापाप आहे, असे ती स्वतःला बजावू लागली. केरसुणीने कोपऱ्यातले एखादे कोळिष्टक झाडून टाकावे, तसा हा विचार तिने आपल्या मनातून काढून टाकण्याचा प्रयत्न केला. पण पुढच्याच क्षणी तिच्या लक्षात आले— ती हुरहुर मनाबाहेर गेली नाही. अंतर्मनात लपून बसली आहे ती!

पुढचा चौक माणसांनी कसा फुलला होता. ती गर्दी पाहून तिला फार फार बरे वाटले. आपल्या मनाला आता दुसरा विषय मिळेल, म्हणून ती आनंदित झाली.

व्याख्यान सुरू झाले होते. ते पाच मिनिटे ऐकावे असे तिच्या मनात आले; पण ते कसे शक्य होते? खांद्यावर मिनीचे ओझे घेऊन— छे! ही पोरगी जिथे तिथे आपल्या सुखाच्या आड येते!

चडफडत आणि गर्दीतून वाट काढीत ती पुढे झाली. मधेच तिने व्यासपीठाकडे पाहिले. बोलणाऱ्याचा चेहरा तिला ओळखीचा वाटला. होय, तोच तो देशभक्त! आपला नवरा चळवळीत पडला. पुढे भूमिगत झाला. त्याला फार हाल भोगावे लागले. तो घरी परत आला, तेव्हाच क्षयाची छाया त्याच्यावर पडली होती. तो बरा व्हावा म्हणून आपण खूप धडपड केली. शेवटी मंगळसूत्रातले सोनेसुद्धा विकले. पण—

आपले कुंकू नाहीसे झाल्यावर लवकरच हा बोलणारा मनुष्य आपल्या खेड्यातल्या बिऱ्हाडी आला होता. कसलासा दौरा काढला होता म्हणे त्याने! हा आपल्या घरी आला. आपला नवरा ज्या खोलीत वारला, तिचे दर्शन घेतले त्याने. त्या देशभक्ताने तिथली माती उकरून तिची चिमूट कपाळाला लावली. जाताना गहिवरलेल्या स्वराने तो आपल्याला म्हणाला, 'तुम्ही वीरपत्नी आहात!'

गिरिजा स्वत:शीच भेसूरपणाने हसली. पोटाची खळगी भरण्यासाठी स्वयंपाकीण झालेली वीरपत्नी! या देशभक्ताने पुन्हा कधी आपली चौकशीसुद्धा केली नाही. आपली राहो मेली— पण या अश्राप बालजीवाचीसुद्धा त्याला कधी आठवण झाली नाही. माणसाचा निष्ठुरपणा कसाबसा सहन करता येतो. पण त्याचा ढोंगीपणा- त्याची किळस येते मनाला! जिकडे जावे तिकडे शब्द साखरेत घोळलेले, मधाने माखलेले! अशा खोट्या जगात आपण जगत आहो कशासाठी? कुणाच्या आधारावर?

उपासाने तिची गात्रे गळून गेली होती. आता एकेक पाऊल ती मोठ्या मिनतवारीने टाकीत होती. मिनी इतकी धडधाकट नसती, तर बरे झाले असते, हे रोज रात्री वाहून न्यायचे ओझे थोडे तरी हलके झाले असते, असा विचित्र विचार तिच्या मनात आला.

अंधारात दाट गवतातून चालता चालता पायांशी काहीतरी सळसळल्यासारखे व्हावे, तसे झाले तिला! तिच्या सर्वांगातून एक विचित्र चमक निघाली. छातीत धडकी भरली.

घामाघूम होऊन ती आपल्या खोलीवर आली. कसेबसे खोलीचे कुलूप काढले तिने! मिनीला जमिनीवर ठेवून तिनं कंदील लावला. अगदी अंधुक प्रकाश पडला. त्या कंदिलाची काच कालच पुसायला हवी होती, हे तिच्या लक्षात आले. पण तिचे शरीर पेंगुळले होते, मन मरगळले होते. खोलीतल्या उंचसखल जमिनीवर चार विटकी चिरगुटे तिने कशीबशी पसरली. मिनीला उचलून त्यांच्यावर ठेवले. मग घटाघटा ती दोनतीन फुलपात्रे पाणी प्यायली. दिवा फुंकून ती

मिनीजवळ येऊन पडली. उखणलेल्या जमिनीतला एक बारीक खडा तिच्या दंडाला टचकन टोचला.

अंथरुणाचा स्पर्श होताच दिवसभर शिणलेले तिचे शरीर कण्हू लागले. एखादे जखमी जनावर आपल्या गुहेत येऊन पडावे, तशी काहीही हालचाल न करिता ती पडून राहिली. मिनीने झोपेतच आईचा स्पर्श ओळखला. ती एकदम तिला बिलगली. नेहमीच्या सवयीप्रमाणे आईच्या छातीवर तिने आपला हात ठेवला. मिनीच्या या लाडकेपणाचे गिरिजेला पहिल्यापहिल्यांदा फार कौतुक वाटे. दूध नसल्यामुळे अगदी लहानपणी पोरीला अंगावरून तोडावे लागले होते. या गोष्टीचे तिला वारंवार वाईट वाटे. म्हणून मिनीचा हा दुसरा हट्ट तिने बिनतक्रार अद्याप चालू दिला होता. पण आता मात्र मिनीचा तो गुदगुल्या करणारा स्पर्श तिला सुखदायक झाला नाही. छातीवरून तिचा हात रागारागाने तिने दूर केला आणि ती तुसड्या स्वराने म्हणाली, 'वेडी कुठली! एवढी घोडी झाली, तरी अजून काही कळत नाही! थांब, उद्यापासून तुला शाळेतच अडकवून टाकते.'

आईने आपला हात झिडकारून टाकला, हे मिनीला झोपेत जाणवले. कोंडून पडलेल्या तिच्या हुंदक्यापैकी आणखी एक हुंदका भीत भीत बाहेर पडला. पण गिरिजेला तो ऐकू आला नाही. ती मनाशी हिशेब करीत होती. या गोठ्याचे भाडे सात रुपये- मिनीचे दूध तीन रुपये - आपली चहासाखर तीन रुपये- तेरा रुपये झाले. उरलेले सात आणि आतापर्यंत साठवून ठेवलेले सात यांचे या पहिल्या तारखेला पातळ घ्यायचे ठरविले होते आपण! पण मिनीला शाळेत घातल्यावर ते कसे जमणार? या लहान मुलांच्या शाळांची फी तरी किती मोठी असते! वहिनीसाहेब शकूचे तीन रुपये देतात ते आपण दर महिन्याला पाहतोच की! त्या तीन रुपयांशिवाय वह्या, रंगीत पेन्सिली, खडूच्या कांड्या — क्काय एक न दोन गोष्टी लागतात या अलीकडल्या मुलांना?

तेरा अधिक तीन — सोळा! त्याशिवाय मिनीला शाळेत लागणाऱ्या वस्तू — छे! या महिन्याला काही आपल्याला पातळ घेणे शक्य नाही. ठिकठिकाणी ठिगळे लावलेली जुनेरी नेशीतच आपल्याला सारा जन्म काढावा लागणार.

ती या कुशीवरून त्या कुशीवर वळली. पण मनाची तडफड थांबेना! कुठेतरी अकराचे टोले पडले. तिला वाटले, कुणीतरी दरिद्री मनुष्य स्वतःच्या पगाराचा हिशेबच करीत आहे! ती अंथरुणावर उठून बसली. आपल्या गरिबीची तिला लाज वाटू लागली. आपल्या क्षुद्र आयुष्याची तिला शिसारी आली.

दार उघडून ती अंगणात आली. वर असंख्य चांदण्या चमचम करीत होत्या. आकाशाचे ते वैभव आणि विस्तार पाहून तिचे मन गुदमरल्यासारखे झाले. किडामुंगीसारखे आपले आयुष्य आहे, कष्टाने एक एक दाणा मिळवून जगायचे

आणि कधी तरी कुणाच्या तरी पायाखाली चिरडून जायचे! असले क्षुद्र लाजिरवाणे जिणे जगण्यापेक्षा —

बाहेरचा सारा काळोख झरझर तिच्या मनात शिरू लागला. आपले तोंड हातांनी झाकून धेऊन ती परत खोलीत आली. कापूस निघालेल्या बिन अभ्रयच्या उशीत तोंड खुपसून ती मुसमुसू लागली.

तिच्या हुंदक्यांनी मिनी जागी झाली. आपले नाजुक हात तिच्या गळ्याभोवती घालीत तिने विचारले, 'काय झालं ग आई तुला?'

गिरिजा स्तब्ध राहिली. पण तिच्या जिभेवर शब्द आले होते, 'तू... तू झाली आहेस ना? आणखी दुसरं काय व्हायला हवं?'

मनाचा निर्धार करून गिरिजेने मिनीला दुसरे दिवशी बालमंदिरात नेले. घरातल्या सात रुपयांपैकी तीन फीसाठी तिने बरोबर आणले होते.

मिनीचे नाव घालून गिरिजा परत यायला निघाली. मिनीने भोकाड पसरले नि तिला मिठी मारली. बाईंनी तऱ्हेतऱ्हेचा खेळ तिच्यापुढे ठेवला, तिला लाकडी घोडा दाखविला, घसरगुंडीकडे नेले; पण मिनी काही केल्या आईचा पदर सोडीना. गिरिजेला स्वयंपाकाला जायला उशीर होत होता. ती त्राग्याने म्हणाली, 'त्यांचीच मुलगी आहेस तू! हट्टी झाली नसतीस तरच नवल!'

शेवटी बाईंच्या आग्रहावरून गिरिजा घटकाभर शाळेत बसली. पण मिनीचे लक्ष दुसरीकडे गुंतले आहे, असे पाहून ती चोरपावलांनी उठली. मोठ्या लगबगीने ती वहिनीसाहेबांच्या घरी आली पण तिथले घड्याळ कधीच मागे पडत नसे. वहिनीसाहेबांनी मारलेले टोमणे तिने मुकाट्याने ऐकून घेतले. मात्र आपल्या हट्टी पोरटीच्या पायी आपला हा अपमान होत आहे, असे पुन: पुन्हा तिच्या मनात आल्यावाचून राहिले नाही.

ती गडबडीने भाजी चिरू लागली. त्या घाईत तिचे बोट कापले. तिला मिनीचा अधिकच राग आला.

आपण उगीचच तिला शाळेत घातले, असली हट्टी, अवखळ मुलगी शाळेत काही— काही शिकणार नाही, असे तिला वाटू लागले. इतक्यात शाळेतून परत आलेली मिनीच तिच्या दृष्टीला पडली. तिचा अवतार मोठा पाहण्याजोगा होता. फ्रॉक धुळीने माखला होता. सारे केस विसकटून तोंडावर आले होते. उन्हातून धावणाऱ्या कुत्र्याप्रमाणे ती धापा टाकीत होती. तिने वहिनीसाहेबांचे घर कसे अचूक शोधून काढले, हेच गिरिजेला कळेना! पण या गोष्टीचे कौतुक करण्याच्या मन:स्थितीत ती नव्हती. तीन रुपये फी भरून आपण या अवदसेला शाळेत घातली; पण ही कारटी तिथून पळून आली या कल्पनेने तिचा संताप अनावर झाला. ती तिला चांगल्या चार चडकाण्या देणार होती. पण इतक्यात कुणीतरी म्हणाले, 'बरं तर

बरं! रस्त्यातून टांगे नि मोटारी यांची ही गर्दी असते या वेळी! पोरगी कशाखाली सापडली नाही हे नशीब!'

ते शब्द ऐकताच गिरिजा भानावर आली. पण मिनीवरला तिचा राग अधिक व्हावा, अशाच गोष्टी त्या दिवशी घडल्या. गिरिजेला यायला थोडा उशीर झाला होता. त्या गडबडीत तिच्या हातून आमटीत मीठ अधिक पडले. भाताची वाफ थोडी जिरायला हवी होती, तिकडेही तिचे दुर्लक्ष झाले. सोन्याचा कस पाहावा, तशी वहिनीसाहेब स्वयंपाकाची परीक्षा करीत. त्यांच्या नजरेतून या गोष्टी निसटणे शक्य नव्हते. त्यांचे बोलणे मुकाट्याने गिरिजेला ऐकून घ्यावे लागले. मग त्यांची शकू शाळेतून आली. आपण रंगविलेले चित्र ती आईला दाखवू लागली. मिनीने पुढे होऊन ती वहीच तिच्या हातून काढून घेतली. शकूने रडून आकांत केला. पण मिनी काही ती वही परत द्यायला तयार होईना. खरकट्या हाताने गिरिजेने एक रपाटा तिच्या पाठीत घातला तेव्हा कुठे—

मिनी हळूहळू शाळेत रमू लागली. पण आता तिची निराळीच भुणभुण सुरू झाली. अमक्या मुलीच्या गुलाबी रिबिनी आहेत, तसल्या मला हव्यात- तमकी मुलगी घुबडाची पिन लावते, ती मला आणून दे. एक नि दोन! तिचे हे सारे हट्ट पुरविता पुरविता गिरिजेच्या नाकी नऊ येऊ लागले.

महिना झाला, दोन महिने झाले, तीन महिने झाले; पण मिनीच्या मागण्या काही संपेनात, आणि नवे पातळ विकत घेण्याइतके पैसे काही गिरिजेपाशी जमेनात!

आणखीही एका गोष्टीचा तिला त्रास होऊ लागला. शाळेच्या ओढीने मिनी पहाटेच जागी होई. ती आईला उठवू पाही. गिरिजेचे अंग दुखे. तिला उठवत नसे. आई अंथरुणावरून उठत नाही, असे पाहिले की, ती नाही नाही ते प्रश्न विचारून तिची पुरेवाट करी. झाडे, फळे, फुले, प्राणी, चंद्र, सूर्य, तारे तिच्या चर्चेचे विषय होते. एकदा तर तिने गिरिजेला जीव अगदी नको नकोसा करून सोडला. तिने प्रथम एक साधाच प्रश्न केला, 'आई, आभाळ छपरासारखं असतं ना ग?' गिरिजेने 'हो' म्हटले. 'नि आभाळात दररोज दिवाळी असते ना?' मिनीची ही चांदण्यांविषयीची समजूत मोठी गोड वाटून गिरिजेने पुन्हा 'हूं' म्हटले; पण तिच्या पुढच्या प्रश्नाने मात्र तिला निरुत्तर केले. पुन: पुन्हा ती विचारीत होती, 'आई, आभाळ छपरासारखं आहे. पण त्याचे खांब कुठं दिसत नाहीत. कुठं आहेत ग ते?' या प्रश्नाला बिचारी गिरिजा काय उत्तर देणार?

आधीच गिरिजेचे डोके दुखत होते. त्यात मिनीच्या या प्रश्नांच्या सरबत्तीने ते अधिकच उठले. ती तिच्या अंगावर खेकसली, 'छळवादी कारटी कुठली! शाळेला

जात नव्हतीस तेव्हा तसा त्रास देत होतीस, आता जायला लागलीस तर हा असा— मोठ्या वाईट पायगुणाची आहेस तू! जन्माला आलीस तीच वडिलांच्या मुळावर! असली पोरटी असण्यापेक्षा-'

माकडाला साखळीने बांधून ठेवतात ना? मिनीही आपल्या आयुष्यातली तशीच एक अवजड साखळी आहे, ती नेहमीच आपल्याला अशी दु:खाशी जखडून ठेवणार, असा विचार गिरिजेच्या मनात आला. उभ्या जगात शपथेला जिला कुणाचा आधार नाही, अशा आपल्यासारख्या अभागिनीने जगण्याचा इतका अट्टाहास तरी का करावा, हे तिचे तिला कळेना. आपल्या पातळाच्या तीन ठिगळांकडे कितीतरी वेळ ती उदास दृष्टीने पाहात राहिली.

मिनीच्या शाळेत संध्याकाळी पाच वाजता समारंभ होता. गिरिजेच्या नावाची चिठ्ठी आली होती. मिनीनेही आईला आग्रहाने बोलाविले. आजच्या नाटकात ती कृष्ण होणार होती.

पण त्या समारंभाला जायचे गिरिजेच्या जिवावर आले. वहिनीसाहेबांसारख्या बड्या बड्या बाया जॉर्जेटची पातळे नेसून तिथे येणार, मिरवणार. त्यांच्यापुढे आपण-आपल्यापाशी साधे, नवे पातळसुद्धा नाही. आपल्याला या गावात येऊन पुरे चार महिनेसुद्धा झाले नाहीत. आणि आपली खूप ओळख असली, म्हणून का कोण कुणापाशी नेसत्या वस्त्राची भीक मागते! समारंभाला जायची काही कुणी सक्ती करीत नाही आपल्यावर!

मिनीच्या शाळेची मोलकरीण तिला दुपारी दोन वाजताच शाळेत घेऊन गेली. चार वाजता गिरिजा वहिनीसाहेबांच्या घराकडे आली. दारात मोटार उभी होती. आज त्या मोटारीतून समारंभाला जाणार होत्या. गिरिजा आत गेली. वहिनीसाहेबांचा नट्टापट्टा सुरू होता. तो थाटमाट पाहून आपण एक क्षुद्र स्वयंपाकीणबाई आहो हे नेहमीचे शल्य गिरिजेच्या मनात आता तीव्रतेने सलू लागले.

वहिनीसाहेब घाईघाईने निघून गेल्या. गिरिजा स्वयंपाकघरात काम करण्याचा प्रयत्न करीत होती. पण तिचे चित्त कशातच लागेना! तिने माजघरात येऊन घड्याळाकडे पाहिले. बरोबर पाच झाले होते. मिनीच्या शाळेत समारंभ सुरू झाला असेल, या कल्पनेने ती बेचैन झाली. ती पुन्हा स्वयंपाकघरात आली. पण तिच्या डोळ्यांपुढे मिनी उभी राहिली. कृष्णाच्या वेषात ती कशी बरे दिसत असेल? तिचे मन अधीर झाले. मिनी झाली तेव्हा तिला पाहण्याकरिता ते जसे उत्सुक झाले होते तसेच—

गड्याला सांगून ती घराबाहेर पडली. ऊन अजून रणरणत होते. अगदी तापलेल्या तव्यासारखे रस्त्यावर पायांना चटके बसत होते. पण तिला कशाचीच

शुद्ध नव्हती. जवळ जवळ धावतच ती शाळेपाशी आली. तिच्या कानावर मधुर शब्द पडू लागले— 'जय हे-जय हे-जय हे' तो आवाज तिला ओळखीचा वाटला. मिनीचा आवाज होता तो! तिला ते खरे वाटेना. मिनीला इतके चांगले गाता येईल? छे! दुसरी कुणीतरी श्रीमंताची, गाणे शिकलेली मुलगी गात असेल! आवाजासारखे आवाज पुष्कळ असतात. ती लगबगीने पुढे झाली. आत जायचे तिच्या मनात होते; पण लगेच तिची नजर आपल्या पातळाकडे गेली. एका खिडकीपाशी काही माणसे घोळका करून उभी होती, त्यांच्यातच ती शिरली. तिने वाकून आत पाहिले. मिनीच गात होती. ती चकित झाली. थोड्या वेळाने मिनी कृष्ण होऊन आली. किती सुरेख दिसत होती ती! साऱ्या लोकांनी टाळ्या वाजविल्या. गिरिजेलाही राहवेना. तिनेही टाळ्या पिटल्या. ती अतृप्त दृष्टीने त्या कृष्णाकडे पाहत होती. मिनीचा स्वभाव आपल्या पतीसारखाच हट्टी आहे, असे ती अनेकदा म्हणे. पण तिचा चेहरामोहराही त्यांच्यासारखाच आहे, हे मात्र आत्ताच स्पष्टपणे तिच्या लक्षात आले.

त्या दिवशी रात्री गिरिजेच्या स्वयंकपाकाला उशीर झाला. वहिनीसाहेब तिला टाकून बोलल्या. पण आज ते शब्द तिच्या जिव्हारी झोंबले नाहीत. मिनी जेवून माजघरात झोपली होती. आज खूप दमली होती ती! जायच्या वेळी गिरिजेने तिला फुलासारखी उचलून घेतली. पण रस्त्यावरली गार वाऱ्याची झुळूक लागताच मिनी जागी झाली. ती चालायचा हट्ट धरून बसली. आजच तिच्या डोक्यात हे कुठून आले, ते गिरिजेला कळेना! मिनी सांगू लागली, 'आम्ही शाळेब वंदे मातरम् म्हणतो ना? ते आपल्या देशाचं गाणं आहे. आपला देश म्हणजे आपली आई. ते गाणं म्हणताना सारी उभी राहतात. मग आईशीही आम्ही तसंच वागायला नको का?'

मिनीचे हे पांडित्यपूर्ण तर्कशास्त्र गिरिजेला काही पुरे कळले नाही. पण जुनी मिनी नाहीशी होऊन तिच्या जागी एक नवी मिनी हळूहळू निर्माण होत आहे, हे तिच्या लक्षात आले. आईचे बोट धरूनच मिनी घरी चालत आली.

अंथरुणावर पडताच मिनीला झोप लागली. पण गिरिजेचा मात्र डोळा लागेना! काही वेळाने ती उठली. तिने दिवा लावला. प्रकाश अंधुक वाटला. तिने दिवा मालवला. कंदिलाची काच पुसली आणि तो पुन्हा लावला. त्या स्वच्छ प्रकाशात मिनीच्या वह्या चाळीत बसली ती! त्यातली ती रंगविलेली चित्रे - ते फुलपाखरू, ते डाळिंब, तो ससा-तिचे मन कुठल्यातरी अज्ञात आनंदतरंगांवर झुलू लागले. तिने मिनीकडे पाहिले. ती झोपली होती. पण गिरिजेला मधुर सूर ऐकू येऊ लागले—
'जय हे — जय हे — जय हे —'

आनंदाने तिचे हृदय भरून आले. असा आनंद पूर्वी तिने दोनदाच अनुभवला होता. पतीच्या पहिल्या भेटीत आणि मिनीच्या जन्माच्या वेळी!

ती दार उघडून बाहेर आली. आकाशात चांदण्या चमचम करीत होत्या; त्यांच्याकडे तिने पाहिले. आपले जीवन क्षुद्र नाही, असे आज पहिल्यांदाच तिच्या मनात आले. उद्या मिनी चांगली चित्रकार होईल, उत्कृष्ट गायिका होईल, त्याहूनही अधिक मोठे असे काहीतरी करील. अशा मिनीला सांभाळणे, तिला वाढविणे, या कळीचे फूल करणे हे आपल्या जीवनाचे कार्य आहे, याची जाणीव तिला प्रथमच झाली.

तिने आकाशाकडे पाहिले. तिला वाटले, आकाशाला तरी या जगात आधार कुठे आहे? ते आपल्यासारखेच निराधार आहे. पण त्याच्यातून पडणारा पाऊस हा साऱ्या जगाचा आधार आहे.

तिच्या मनातली सारी शल्ये एकदम नाहीशी झाली. ती स्वयंपाकीण नव्हती, वीरपत्नी नव्हती, ठिगळे लावलेल्या पातळांची लाज वाटावी अशी तरुणीही नव्हती. ती .... ती फक्त एक आई होती!

'उपभोग... अधिक उपभोग' या
दुष्टचक्रात सापडलेल्या मानवाला त्याची
भेदक जाणीव करून देणारी द्रष्टे,
थोर साहित्यिक वि.स. खांडेकर यांची
ज्ञानपीठ विजेती सर्वश्रेष्ठ कलाकृती.

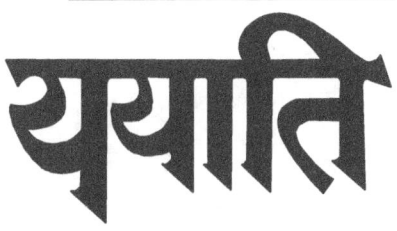

प्रीती म्हणजे काय?... यौवन आणि
सौंदर्याच्या मुशीतील सुगंधवेल की वासना,
अहंकार आणि आत्मपूजेत रुजलेली
विषवेल?... नव्हे!
ती आहे उदात्त करुणा आणि निरपेक्ष
आपुलकीच्या शिंपणानं बहरलेली अमृतवेल!

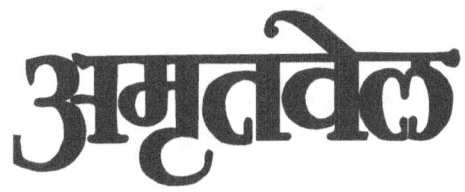

Contact : ✆ 020-24476924 / 24460313
Website : www.mehtapublishinghouse.com
info@mehtapublishinghouse.com
production@mehtapublishinghouse.com
sales@mehtapublishinghouse.com

www.ingramcontent.com/pod-product-compliance
Lightning Source LLC
Chambersburg PA
CBHW060829250626
47162CB00005B/1999